நானும் ஒருவன்

நானும் ஒருவன்
சுரேஷ்குமார இந்திரஜித் (பி. 1953)

பெற்றோர் வைத்த பெயர் சுரேஷ்சந்திர குமார். அலுவலகப் பெயர் சுரேஷ்குமார். படிப்பு எம்.ஏ. (அரசியல்). சொந்த ஊர் ராமேஸ்வரம். மதுரை வருவாய்த் துறையில் சிரஸ்தாராகப் பணிபுரிந்து ஓய்வுபெற்றுள்ளார். மனைவி: மல்லிகா, மகள்கள்: அபிநயா, ஸ்ரீஜனனி. இது அவருடைய ஐந்தாவது சிறுகதைத் தொகுப்பு.

தொடர்புக்கு: sureshkumaraindrajith@gmail.com

ஆசிரியரின் பிற சிறுகதை நூல்கள்

அலையும் சிறகுகள் (1982)
மறைந்து திரியும் கிழவன் (1993)
மாபெரும் சூதாட்டம் (2003) (முழுத்தொகுப்பு)
அவரவர் வழி (2009)

சுரேஷ்குமார இந்திரஜித்

நானும் ஒருவன்

காலச்சுவடு பதிப்பகம்

நானும் ஒருவன் ♦ சிறுகதைகள் ♦ ஆசிரியர் : சுரேஷ்குமார இந்திரஜித் ♦ © சுரேஷ்குமார் ♦ முதல் பதிப்பு : டிசம்பர் 2012 ♦ வெளியீடு: காலச்சுவடு பப்ளிகேஷன்ஸ் (பி) லிட்., 669 கே. பி. சாலை, நாகர்கோவில் 629001.

காலச்சுவடு பதிப்பக வெளியீடு: 486

naanum oruvan ♦ Short Stories ♦ Author : cureeshkumara intirajit ♦ © Sureshkumar ♦ Language : Tamil ♦ First Edition : December 2012 ♦ Size : Demy 1 x 8 ♦ Paper : 18.6 kg maplitho ♦ Pages: 128 ♦ Copies: 550 + 50.

Published by Kalachuvadu Publications Pvt. Ltd., 669 K.P. Road, Nagercoil 629 001, India ♦ Phone : 91-4652-278525 ♦ e-mail : publications@kalachuvadu.com ♦ Wrapper printed at print Specialities, Chennai 600014 ♦ Printed at Micro Print, Nelson Manickam Road, Aminjikarai, Chennai 600029.

ISBN : 978-93-81969-41-0

12/2012/S.No. 486, kcp 871, 18.6 (1) 600

வணக்கத்துடன் சமர்ப்பணம்

தந்தை : ராமநாத பிள்ளை
தாயார் : காந்திமதி அம்மாள்

பொருளடக்கம்

முன்னுரை: என் கதைகள்	11
நானும் ஒருவன்	17
மட்டாஞ்சேரி ஸ்ரீதரன் மேனன்	29
உறையிட்ட கத்தி	38
மூன்று பெண்கள்	46
ரெட்டைக் கொலை	55
ஒரு திருமணம்	63
அப்பத்தா	75
பின்நவீனத்துவவாதியின் மனைவி	82
கணியன் பூங்குன்றனார்	92
மினுங்கும் கண்கள்	101
மனைவிகள்	109
அந்த மனிதர்கள்	118

முன்னுரை

என் கதைகள்

'மாபெரும் சூதாட்டம்' தொகுப்பிலும் 'அவரவர் வழி' தொகுப்பிலும் உள்ள கதைகள், கால ரீதியாக இறங்குவரிசையில் அமைக்கப்பட்டிருக்கும். கடைசியாக எழுதப்பட்ட கதை முதலிலும், முதலில் எழுதப்பட்ட கதை கடைசியிலும் இருக்கும். இத்தொகுப்பிலுள்ள கதைகள் அனைத்தும் ஒரே காலகட்டத்தில் எழுதப் பட்டவை. எனவே காலவரிசைப்படி அல்லாமல் என் விருப்பப்படி வரிசையை அமைத்திருக்கிறேன்.

ஒவ்வொரு தொகுப்பிலும் என் எழுத்துப் பாணி மாறிக்கொண்டே வந்துள்ளது என்பதை உணர்ந்திருக் கிறேன். பொதுவாக இத்தொகுப்புக்கு முன் வந்த தொகுப்புகளில் உள்ள சிறுகதைகளில் 'கதை' என்பது வெளிப்படையாக இருக்காது. சமூகச் சிக்கலை, மனத்தின் சிக்கலை, ஆண் பெண் உறவுச் சிக்கலை, காலமாற்றத்தில் ஏற்படும் சிக்கலை முன்வைத்துக் 'கதை' அச்சிறுகதைகளில் மறைந்திருக்கும். சம்பவங்களைச் சித்தரித்து, சம்பவங்களின் தொகுப்பாகக் 'கதையை' அமைத்து முடிவுக்குக் கொண்டுவருவது பொதுவாகக் கதை கூறும் பாணியாக உள்ளது. நவீனச் சிறுகதைகளில் 'கதை' மறைந்திருக்கும்; அல்லது மங்கலாகத் தெரியும்; அல்லது 'கதை' எங்கேயிருக்கிறது என்று யோசிக்கும்படி இருக்கும்.

இத்தகைய சிறுகதைகளின் மூலம் பல சாத்தியங் களை எழுத்தாளன் திறக்க முடியும். உதாரணமாக, 'மாபெரும் சூதாட்டம்' என்ற என் சிறுகதையைக் கூற முடியும். எண்ணங்களின் கொலாஜ் பல நிகழ்வுகளாக வெளிப்பட்டு, நவீனச் சிறுகதையாக ஆகியுள்ளது.

சூரியின் பாட்டனார் எழுதிய 90 பக்கக் குறிப்புகளைப் பற்றி கதைசொல்லி கூறுவதே 'கதை'. சூரியின் பாட்டனாரால் மகா உத்தம ஜாதகம் என்று குறிப்பிடப்பட்டிருந்த சூரியின் தந்தை, சூரியைக் கருக்கொண்டிருந்த மனைவியுடன் பஸ்ஸில் ஜன்னலோரமாக உட்கார்ந்திருந்தபோது, அரசியல் தலைவர் இறந்த துக்கம் தாளாது அவரது ஆதரவாளர்கள் எறிந்து கொண்டிருந்த கல்லில் அடிபட்டு, அபத்தமான முறையில் இறக்கிறார். 90 பக்கக் குறிப்புகளுக்கு முன்னதாக வரும் வாசகங்களின் சிறு பகுதி:

"எந்தப் போக்கும் வாழ்வினுடைய, காலத்தினுடைய சூதாட்டங்களினால் கணிப்பிற்குட்படுவதில்லை... நடந்ததை நடக்க விதிக்கப்பட்டதாக நினைத்து ஏற்றுக்கொள்ள சூதாட்டம் வெற்றிகரமாக ஆட்டத்தை நடத்திக்கொண்டிருக்கிறது..."

சீட்டாட்டத்தின் போக்கே யூகமற்றது. ஒவ்வொருவர் எடுக்கும் சீட்டினாலும், இறக்கும் சீட்டினாலும் ஆட்டத்தின் போக்கு மாறிக்கொண்டேயிருக்கிறது, வாழ்வைப்போல. கணவனும் மனைவியும் சீட்டாடுகிறார்கள். வெற்றி தோல்வி பற்றிய அக்கறையின்றி ஆடுகின்றனர். ஒருவர் வெற்றியடைவது பற்றி மற்றவருக்குக் கவலையில்லை. பிறகு பணயம் வைத்து ஆடுகின்றனர். ஒருவருடைய வெற்றி மற்றவருக்கு ஆத்திரத் தைத் தருகிறது. குழந்தைக்குத் தாய், தந்தையாக உறவு மாற்றமடைந்த பின்னர் ஆடும் சீட்டாட்டத்தில் சேரும் என்று நினைத்து வைத்திருக்கும் சீட்டுகள் சேர்வதில்லை. ஜோக்கர் வருவதில்லை. சீட்டுகள் சேர்ந்து வெற்றிபெறுவது தாமதமாகிக் கொண்டே இருக்கிறது. இறுதியில் வெற்றி பெற்றவருக்கும் களைப்பு ஏற்படுகிறது. பிறகு ஆடும் சீட்டாட்டத்தில் ஒருவர் சீட்டை மற்றவர் பார்க்கும் போக்கு ஏற்படுகிறது. இவ்வாறு இருவரும் முனைய, குழப்பமும் சண்டையும் ஏற்படுகின்றன. இறுதியில் இறக்கும் தறுவாயில் ஒருவன் எதிரில் ஆள் இல்லாமல், அவனே இரண்டு நபர்களாய் மாறி ஆடுகிறான். இருவருக்கான சீட்டுகளையும் அறியும் நிலையில் அவன் யாருக்கு நியாயம் செய்பவனாக ஆடுவது என்று தவிக்கிறான். வாழ்வு, சீட்டாட்டம் என்ற குறியீட்டு நிகழ்வு மூலம் பார்க்கப் படுகின்றது.

இக்கதையில் சீட்டாட்டம் தவிர்த்து வாழ்வின் இரண்டு பெரும் நெருக்கடிகளும் காண்பிக்கப்படுகின்றன. ஒன்று அரசு அலுவலகம் மனிதர்களை அலைக்கழிப்பது; இரண்டு, காமம். அலுவலக அலைக்கழிப்பு, நீதிமன்றக் கட்டிடங்களில் ஒருவன் வழிதெரியாது அலையும் விஸ்தாரமான காட்சி மூலம் காண் பிக்கப்படுகிறது. மனிதன் இறக்கும் தறுவாயிலும் காமம்

இருந்துகொண்டேயிருக்கும். கடற்கரையில் நிற்கும் பெண்ணின் வர்ணத் தோற்றம், பல்வேறு கட்டங்களில் குறிப்புகளினூடே வந்துகொண்டிருப்பதாகக் காண்பிக்கப்படுகிறது.

– இதுதான் 'மாபெரும் சூதாட்டம்' சிறுகதையின் 'கதை'. ஏற்கெனவே கூறியதுபோல் எண்ணங்களின் கொலாஜ் சிறுகதையாக உருப்பெற்றிருக்கிறது. நவீனத்துவம் என்பதற்கான உதாரணமாகவே இக்கதையைக் கூறினேன்.

தேசிய புத்தக டிரஸ்ட் வெளியிட்ட 'இந்திய சுதந்திரப் போராட்டம்' புத்தகத்தின் மூலம் நான் அறியவந்த சூர்யசென், ஜதீன் தாஸ், குதிராம் போஸ் ஆகியோரைப் பற்றிய செய்திகளே, சுதந்திரப் போராட்ட காலத்துடன் மனம் உறைந்துவிட்ட ஒரு கிழவனைச் சந்திக்கும் மாயக்காட்சி உள்ள 'மறைந்து திரியும் கிழவன்' 'கதை'யை உருவாக்கியது.

ஒரு அபத்தமான சினிமா கதையைக் கூறிக்கொண்டே வந்து, கிளைமாக்ஸில் கதையை நிறுத்தி, இந்திய மக்களின் வாழ்வுடன் சம்பந்தப்பட்ட இந்திய பட்ஜெட் பற்றிய குறிப்புகளை விவரமாகச் சொல்லி – அக்குறிப்புகள் பிரசுரமான பத்திரிகையின் பக்கங்களை – குப்பை பொறுக்கும் சிறுவன், கோணிப்பைக்குள் திணிப்பதைக் கிளைமாக்ஸாகக் காட்டும் 'கதை' 'அறிக்கை' என்ற சிறுகதை.

இவையெல்லாம் 'மாபெரும் சூதாட்டம்' தொகுப்பில் இடம்பெற்ற சில 'கதைகள்'. இவ்விதமான பல 'கதைகள்' அத்தொகுப்பில் உள்ளன. இவற்றை வசதி கருதி நவீனத்துவக் கதைகள் (பின்நவீனத்துவ?) என்று கூறலாம். இவை உத்திகளின் விளையாட்டு அல்ல. பல திறப்புகளுக்காக இக்கதைகள், உத்திகளை இவ்விதமாகத் தேர்வு செய்துகொண்டன. இத்தகைய சிறுகதைகள் அவற்றின் புதுத்தன்மையால், புதுமையை விரும்புகிறவர்களின் கவனத்தைப் பெற்றன.

ஆனால் நான் இதேவிதமாக எழுதிக்கொண்டிக்க முடியாது. 'மாபெரும் சூதாட்டம்' தொகுப்பிற்குப் பின் வெளிவந்த 'அவரவர் வழி' தொகுப்பு வழியாக நான் இத்தொகுப்பிலுள்ள கதைகளுக்கு வந்துசேர்ந்திருக்கிறேன். இக்கதைகளில் சம்பவங்களும் உள்ளன. 'கதை'யும் உள்ளது. ஆனால் அவை 'வித்தியாசமான' சம்பவங்களாகவும் 'வித்தியாசமான' கதைகளாகவும் உள்ளன. அவற்றின் வழியாக நான் என் பார்வையையும் நிறுவியுள்ளேன்.

இங்கு நான், குறிப்பாகச் சில கதைகளைப் பற்றிக் கூற வேண்டும். 'கணியன் பூங்குன்றனார்' கதையைப் பொறுத்த

வரை அக்கதையைப் பிரசுரம் செய்த *தீராநதிக்கு* எப்படிப்பட்ட கடிதங்கள் வந்தன என்று எனக்குத் தெரியாது. இக்கதை பிடித்திருப்பதாக எனக்குப் பல அலைபேசி அழைப்புகள் வந்தன. "உள்ளதைத்தானே எழுதியிருக்கீங்க" என்றார் ஒரு ஐ.ஏ.எஸ். அதிகாரி. இக்கதையை நான் எழுதும்போது ஓர் 'அபாயம்' இருப்பதாக எனக்குத் தோன்றியது. திராவிட இயக்கக் கோட்பாடுகளில் ஈடுபாடுள்ள ஒருவருக்கு, அனுதாபத் திற்குரிய சூழலில் உள்ள ஒரு பார்ப்பனர் மீது ஏற்படும் அனு தாபத்தை எழுதினால், பார்ப்பன ஆதரவாளர் என்ற வசை எனக்குக் கிடைக்குமே என்ற 'அபாயமே' அது. அவ்வாறு ஒரு யாதார்த்தம் இருந்தாலும் அதை ஏன் எழுத வேண்டும்; இதற்கு நேர்மாறாக உள்ள யதார்த்தங்களைப் பற்றி ஏன் எழுதவில்லை என்ற கேள்விகளும் உருவாகுமே என்றும் தோன்றியது. ஜனநாயகத்தில் இருக்கிறோம் என்றாலும், எழுத்தாளனுக்கு அவன் சூழலில் நிலவும் 'சமூக மனம்' மனத்தடைகளை ஏற்படுத்திக்கொண்டிருக்கிறது. எனினும் எழுத்தாளனின் கவனம் சூழலில் நிலவும் மறுபக்கம் நோக்கியே சென்றுகொண்டிருக்கும். மனிதாபிமானம் வேறுபாடுகளைக் கடந்து செல்லும் இயல்புடையது என்ற எளிய உண்மையைக் கூற வேண்டியுள்ளது.

'பின்நவீனத்துவவாதியின் மனைவி' கதையைப் பொறுத்த வரை, இ – மெயிலில் வந்த வசைகளை அனுப்பிவிடவா என்று ஹமீது (மனுஷ்ய புத்திரன்) கேட்டார். நான் வேண்டாம் என்று சொல்லிவிட்டேன். சிலர் அலைபேசியில் கூப்பிட்டுத் திட்டிய தாகவும் கூறினார். பின்நவீனத்துவவாதிகளின் அதிகாரம் பின்நவீனத்துவக் கோட்பாட்டுக்கு உகந்ததுதானா? பின் நவீனத்துவம் பல நிலைப்பாடுகளைக் கேள்விகளுக்கு உள்ளாக் குகிறது. எள்ளல் செய்கிறது. ஆனால் பின்நவீனத்துவம் தன்னைத்தானே எள்ளல் செய்துகொள்ளக் கூடாதா? என் பல கதைகள் பின்நவீனத்துவக் கதைகள் என்று சொல்லப் படுகின்றன. மேலும் இக்கதையின் இறுதிப் பாராவில் வரும் பின்நவீனத்துவம் அறிந்த பேராசிரியர்களான ஆல்பிரட் சின்னத்துரையும் ஜெனிபர் மங்கையர்க்கரசியும் இக்கதையைச் சரியான பின்நவீனத்துவக் கதை என்று ஒப்புக்கொள்கிறார்கள். மேலும் இளைய தம்பதிகள் இவ்வாறு பரிகாசமாகப் பேசி, பரிசோதனைகள் எல்லாம் செய்து பார்க்கக்கூடியவர்கள்தான். அக்கதையில் வரும் சூரியசந்திரனைத் தவிர பிற இருவரும் பெரும் அளவில் பாவனைகளைக் கொண்டவர்கள். பலரிடமும் நான் பாவனைகளையே காண்கிறேன். ஒருவர் கம்யூனிசம் பேசுவார். வாழ்க்கையில் அவருக்கும் கம்யூனிசத்திற்கும்

தொடர்பு இருக்காது. ஆனால் அவர் கம்யூனிஸ்ட். ஒருவர் தன் வாழ்க்கையில் இயல்பாகவே அக்கோட்பாட்டை அனுசரித்து இருந்துகொண்டிருப்பார். ஆனால், அவர் கம்யூனிசம் பேசாததால் அவர் குட்டி பூர்ஷ்வா ஆகிவிடுவார். உலகமயமாதலை எதிர்த்துக் குரல் கொடுத்து அரசியல் செய்ப வர்கள் பன்னாட்டு நிறுவனங்களின் நுகர்பொருட்களைப் பகிஷ்கரிக்க வேண்டாமா? நோக்கியா மொபைலுடனும் (பின்லாந்து) அக்வாபினா தண்ணீர் பாட்டிலுடனும் (அமெரிக்கா) அலையலாமா? (வெளிநாட்டு மது வேறு. மிக்ஸிங் அமெரிக்கா வின் செவன்–அப்.) அந்நியத் துணிகளைப் பகிஷ்கரித்து சௌகரியமற்ற முரட்டுக் கதரை அணிந்த மனிதர்கள் இருந்த பூமிதானே இது. பாவனைகளை எள்ளல் செய்யும் கதை இது.

'நானும் ஒருவன்' கதையில் சண்டையை விரும்புபவனும், சூழ்நிலையைத் தந்திரமாகக் கையாளக்கூடியவனுமான அவன், வெட்டுப்பட்டு சாவது போன்ற முடிவு நமது அறநெறியைக் கற்பனையாக நிலைநாட்டுவதற்குப் பொருத்தமாக இருக்கும். யதார்த்த நிலை அப்படியா இருக்கிறது என்ற உள்கேள்வியுடன் இன்னொரு முடிவு, கதையின் இறுதியில் முந்தையை முடிவுடன் பிணைகிறது.

இதேபோல்தான் இன்னொரு தளத்தில் ஆண்டாளின் திருமணம் பற்றிக் கூறும் 'ஒரு திருமணம்' கதை. ஒரு முடிவில் ரங்கநாதர், ஆண்டாளை அழைத்துச்செல்ல, இது நடக்கக் கூடியதுதானா என்ற உள்கேள்வியுடன் இன்னொரு முடிவு, அம்முடிவுடன் பிணைகிறது.

'மட்டாஞ்சேரி ஸ்ரீதரன் மேனன்' கதையை எழுதிக் கொண்டிருந்தபோது ஒரு பாத்திரத்திற்கு மலையாளப் பெயர் தேவைப்பட்டது. கவிஞர் சுகுமாரனைத் தொடர்புகொண்டேன். ஊர்ப்பெயருடன் மலையாளப் பெயர் வேண்டும் என்றேன். அவர் இந்துவா, முஸ்லிமா என்று கேட்டார். பின் உயர் ஜாதியா, கீழ் ஜாதியா என்று கேட்டார். அவர் சொன்ன பெயர்தான் இது. இதிலுள்ள ஓசை எனக்குப் பிடித்திருந்தது. அப்பெயரையே தலைப்பாக்கிவிட்டேன். இக்கதைக்குப் பரவலான வரவேற்பு இருந்தது. அநேகமாக இத்தொகுப்பிலுள்ள அனைத்துக் கதை களையும், பிரசுரமான பிறகு, யாராவது சிலர் அலைபேசியில் பாராட்டிக்கொண்டிருந்தனர். இத்தொகுப்பிலுள்ள கதைகள் ஏற்படுத்திய சலனங்கள் எனக்குப் புதிய அனுபவமாக இருந்தன.

இத்தொகுப்பிலுள்ள பெரும்பாலான கதைகளைப் பத்திரிகை யில் வாசித்துவிட்டு அக்கதைகளைச் சிலாகித்து வண்ணதாசன் குறுஞ்செய்தி அனுப்பினார். பின்னர் நான் அலைபேசியில்

அவருடன் பேசினேன். அவர் பேசியது எனக்கு உற்சாகத்தையும் மேலும் தொடர்ந்து எழுதுவதற்கான உந்துதலையும் அளித்தது. அவருக்கு என் நன்றி.

கதைகளை எழுதிய பின், நண்பர் சிவராமனிடம் வாசிக்கக் கொடுத்து, விவாதித்து சீர்திருத்துவது வழக்கம். அவருக்கு என் நன்றி.

இத்தொகுப்பிலுள்ள கதைகளைப் பிரசுரித்த பத்திரிகை ஆசிரியர்களுக்கும், இத்தொகுப்பைக் கொண்டுவரும் கண்ணன் மற்றும் காலச்சுவடு பதிப்பகத்தில் பணிபுரிபவர்களுக்கும் என் நன்றி.

இத்தொகுப்பிலுள்ள கதைகள் மனத்தின் ரகசியங்களையும் வாழ்வின் ரகசியங்களையும் கூறிக்கொண்டிருக்கின்றன. இத் தொகுப்பை என் தந்தைக்கும் தாயாருக்கும் வணக்கத்துடன் சமர்ப்பிக்கிறேன்.

மதுரை **சுரேஷ்குமார இந்திரஜித்**
22.10.2012

நானும் ஒருவன்

எனக்குச் சின்ன வயதிலேயிருந்து சண்டைக்குச் செல்வதென்றால் மகிழ்ச்சியாக இருக்கும். ஒரு நிலையில் சண்டைக்கான புள்ளி உருவாகும். அப்படியே அதைப் பற்றி ஏறுவேன். சண்டை முகிழும் கணத்தில் எனக்குப் பரவச உணர்வு ஏற்படும். முடிந்தவரை மத்தியஸ்தர்களும் என்மேல் குறை சொல்லாத அளவுக்குச் சூழ்நிலையை உருவாக்கிவிடுவேன்.

எங்கள் ஏரியாவில் சைட் அடிக்க வந்தவர்கள்மீது தான் என் முதல் தாக்குதல் அமைந்தது. அதற்கு முன் படிக்கும்போது, சின்னச் சின்ன சண்டைகள். அவை எல்லாம் தற்போது சேர்த்தியில்லை. சைட் அடிக்க வந்தவர்களைப் பார்த்துக்கொண்டிருந்த நான், அவர்களைத் தனியாக நெருங்கினேன். அவர்கள் டைப் இன்ஸ்டியூட்டிற்குச் சென்று திரும்பும் செட்டியார் வீட்டுப் பெண் மீனலோசனியின் பின்னாலேயே வந்துகொண் டிருப்பவர்கள். அவர்கள் டீக்கடையில் டீ குடித்துவிட்டுப் பெட்டிக் கடையருகே நின்றுகொண்டிருந்தார்கள். மூவரில் ஒருவன் சிகரெட் பிடித்துக்கொண்டிருந்தான். நான் அவர்களிடம் சென்று, “எங்க ஏரியாவுக்குள்ளே இந்த வேலையெல்லாம் வச்சுக்காதீங்க” என்றேன். “நீ யாரு இதைக் கேட்க?” என்றான் ஒருவன். அடுத்த கணம் அவன் தாடையில் ஒரு அறை விட்டேன். பிற இரண்டு நபர்களும் கத்திக்கொண்டே என்னைத் தள்ளி விட முயன்றபோது, நான் அவர்களைத் தள்ளிவிட்டுப் பெட்டிக் கடையில் இருந்த இரண்டு கலர் பாட்டிலை எடுத்துக் கீழே அடித்தேன். எனது பெல்ட்டைக் கழற்றிச் சுழற்றினேன். அவர்கள் ஓட்டம் பிடித்தார்கள். டீக்கடைக்

காரனும் பெட்டிக் கடைக்காரனும் கடையை விட்டுவெளியே வந்தனர். நான் நிதானமாகப் பெட்டிக் கடையிலிருந்த வில்ஸ் பில்ட்டர் சிகரெட் பாக்கெட்டிலிருந்து ஒரு சிகரெட்டை எடுத்துக் கடையின் ஓரத்தில் தொங்கிக்கொண்டிருந்த கயிற்றின் நுனியில் இருந்த கங்கில் பற்றவைத்துக்கொண்டேன். பெட்டிக் கடைக்காரன் என்னிடம் எதுவுமே கேட்கவில்லை. பெரிய கண்ணாடிச் சில்லுகளை எடுத்து ஓரமாக வைத்துவிட்டு, விளக்குமாறால் கண்ணாடிச் சில்லுகளைக் கூட்டி எல்லா வற்றையும் ஓரிடத்தில் சேர்த்துவைத்தான். என்னிடம் ஒன்றும் பேசவில்லை. நான், அவனிடம் இன்னொரு வில்ஸ் பில்டர் கேட்டேன். அதே நேரத்தில் பொதுப்படையாகப் பேசுவது போல் "வந்துருவான்களா ஏரியாவுக்குள்ளே ... கொன்னுருவேன்" என்று சில கெட்ட வார்த்தைகளை விட்டு, அந்தச் சிகரெட்டை வாங்கிக்கொண்டேன். பெட்டிக் கடைக்காரன் காசு கேட்க வில்லை.

அடுத்தநாள் அந்தப் பையன்கள் வரவில்லை. பெட்டிக் கடைக்காரனிடம் சிகரெட் கேட்கலாம் என்று நினைத்தேன். அது முறையல்ல என்று தோன்றியது. ஒரு வாரம் கழித்து அவனிடம் சிகரெட் கேட்க வேண்டும். அதன் பிறகு பத்து நாட்கள் கழித்து சிகரெட் கேட்க வேண்டும். அதன் பின் நாலைந்து நாட்கள் கழித்து, காசு கொடுத்து சிகரெட் வாங்க வேண்டும். அதுதான் என் செல்வாக்கை நிலைநிறுத்தும் என்று திட்டமிட்டேன். பொதுப்படையாகப் பேசி கெட்ட வார்த்தை விட்டேன் என்று சொன்னேன் அல்லவா, அந்த உத்தி பல சந்தர்ப்பங்களில் உதவியிருக்கிறது. யாரிடம் விவகாரத்திற்குச் செல்வோமோ அவன் இதைக் கேட்டுப் பயந்துவிடுவான். நமக்குக் காரியங்கள் சுளுவாக முடிந்துவிடும்.

பிறகு எனக்கு ஏரியாவில் ஒரு தனிமரியாதை கிடைத்தது. என் அப்பா இப்போது ரிட்டயர்டு ஏட்டு. அப்போது அவர் சொன்னார் "இப்படித்தான் ஆரம்பிக்கும் ... பின்னாலே ரவுடியாகி ... எங்க டிபார்ட்மெண்ட்காரங்ககிட்டே மாட்டிச் சாகப் போறே. அப்ப நான் எட்டிக்கூடப் பாக்கமாட்டேன்." என் அம்மா நான் எட்டாவது படிக்கும்போது இறந்துவிட்டாள். நான் பத்தாவது படிக்கும்போது அப்பா இரண்டாம் கல்யாணம் பண்ணிக்கொண்டார். வீட்டில் வளர்ந்த பையனை வைத்துக் கொண்டு கல்யாணம் பண்றோமேன்னு அவருக்குச் சிந்தனை இல்லை. சித்தியைக் குறை சொல்ல முடியாது. எனக்குத்தான் அவள் அருகில் வந்தால் கூச்சமாக இருக்கும். அப்பாவும் சித்தியும் குழைந்து பேசிக்கொள்வதே எனக்கு அருவருப்பாக

இருக்கும். சாப்பிடறதுக்கும் தூங்கறதுக்கும்தான் வீட்டுக்கு வருவேன். அவர்களும் நல்லதாப் போச்சுன்னு நினைத்திருப் பார்கள்.

பெட்டிக்கடை சம்பவத்திற்குப் பின் சினிமா தியேட்டரில் அடுத்த சம்பவம் நடந்தது. படம் போடுவதற்கு முன்னால் வரிசையில் என்னைத் தாண்டி உட்கார்ந்திருந்த இருவர், தேவையில்லாமல் வரிசையைக் கடந்து போகவும் வரவும் இருந்தார்கள். எனக்கு எரிச்சலாக இருந்தது. சண்டைக்கான புள்ளி தயாராகிக்கொண்டிருப்பதுபோல இருந்தது. அந்தப் புள்ளி சண்டையாக உருவாகும் கணத்தில் என் மனநிலையை விவரிக்க இயலாது. அப்படியோர் ஆவேசமும் பரவசமும் கூடி நிற்கும். இடைவேளை சமயத்தில் என் காலை மிதித்துச் சென்ற நேரத்தில் நான், “ஏய் . . .” என்றேன். அவன் திரும்பிப் பார்த்தான். அதில் ஒரு முறைப்பு தெரிந்து, சண்டைக்கான புள்ளி விழுந்துவிட்டது. அது முகிழும் கணம் ஆரம்பமானது. நான் அவன் சட்டையை எட்டிப்பிடித்து ஒரு குத்துவிட்டேன். கூட்டம் கூடிவிட்டது. பொதுவாகத் தியேட்டருக்குள் சண்டை போடுபவர்களை, தகராறு செய்பவர்களை, தியேட்டரில் பணிபுரிபவர்கள் சும்மா விடுவதில்லை. மானேஜர் அறைக்கோ வேறு அறைக்கோ கொண்டு சென்று கும்மிவிடுவார்கள். என்னையும் மற்ற இருவரையும் மானேஜர் அறைக்குக் கொண்டு சென்றார்கள். எனது சட்டையை ஒருவனும் நான் அடித்தவன் சட்டையை இன்னொருவனும் பிடித்து இழுத்துக்கொண்டு சென்றனர். மானேஜர் அறைக்குச் சென்ற பின்னர், அடி பட்டவன் கத்திக்கொண்டிருந்தான், “தெரியாம காலை மிதிச்சதுக்கு அடிக்கிறான். சார் . . . சும்மா விடக் கூடாது. நான் யார் தெரியுமா?” இந்த மாதிரி இடத்தில் ‘சார்’ என்ற வார்த்தை செல்லுபடியாகாது. ‘அண்ணே’ என்ற வார்த்தை தான் செல்லுபடியாகும் என்பதால் நான் “அண்ணே . . . தியேட்டருக்கு சினிமா பார்க்க வந்தா ஒரு டிசப்ளின் வேண்டாமாண்ணே. குறுக்கும் நெடுக்கும்மா எத்தனை தடவை போறது . . . பாக்கறவங்களுக்குச் சிரமமாயிருக்காது? வேணும்னே காலை மிதிச்சிட்டு போறது. என்னன்னு கேட்டா முறைச்சுட்டு அடிக்கவாறது . . . எவ்வளவுதான்னே பொறுக்கறது” என்றேன். அவர்களில் ஒருவன், “சார் அவன் சொல்றதை நம்பாதீங்க . . . தியேட்டருக்குள்ளேயே உக்காந்திருக்கனுமா. . . வெளியே போகக் கூடாதா . . . ஒன்னுக்குப் போக வேண்டாமா?” என்றான். உடனே தியேட்டர் பணியாளர்களில் ஒருவன் “ஒன்னுக்கு இருக்க ஒம்பது தடவை போவயா”ன்னு கேட்டான். என்னிடம் அடி வாங்கியவன் சூழ்நிலையைக் கணிக்கத் தெரியாமல்

பேசியதால் சூழ்நிலை எனக்குச் சாதகமாக இருப்பதை அறிந்து கொண்டேன். நான், “அண்ணே ... கொஞ்சம் தனியா வாங்க பேசணும்” என்றேன். வந்ததும் “அண்ணே ... நான் சொல்லக் கூடாது. இருந்தாலும் மனசு கேக்கலை ... எங்க வரிசைக்கு முன்னாடி ஒரு புருஷன் பெண்டாட்டி, ரெண்டு வயசுப் பொண்ணுக உக்கார்ந்திருந்தாங்க ... இவனுக ரெண்டு பேரும் காலை விட்டு அவுங்க பின்புறத்தை நோண்ட்ராங்க ... எனக்கு மனசு பொறுக்கலை. அவுங்க பாவம் பேமிலியோட சினிமா பாக்க வந்தா இந்தப் பாடா ... அதைவைச்சு தகராறு பண்ணினா அவுனுகளுக்குத்தானே கேவலம்... அதாண்ணே ... ரெண்டு அடிகொடுத்து விரட்டிருங்கண்ணே ...” என்று ரீல் விட்டேன். அவ்வளவுதான். பெண்கள்மீதான சேட்டைகளைப் பொறுத்துக் கொள்பவர்களா நமது ஆண்கள்? அவர்கள் இருவரையும் போட்டு அடித்துக்கொண்டிருந்தபோது மானேஜர் வந்தார். அடியை நிறுத்தினார்கள். அந்தப் பையன்கள் சொன்னது எதுவுமே அவர்கள் காதில் ஏறவில்லை. மானேஜர் என்னிடம் “நீ யார் பையன்?” என்று கேட்டார். “ஏட்டு நடராஜன் பையன்” என்றேன். “அப்பா நல்லா இருக்காரா?” என்றார். “நல்லா இருக்கார்” என்றேன். “நீ போய்ப் படத்தப் பாரு” என்றார். “இல்லே மனசு சரியில்லை. வீட்டுக்குப் போறேன்” என்றேன்.

இப்படித்தான் அடுக்காகச் சம்பவங்கள். சூழ்நிலையைக் கையாள்வது எனக்கு நன்றாகக் கூடி வந்தது. எனக்கே ஆச்சரிய மாக இருந்தது, எனக்கு எப்படி இவ்வளவு அறிவு வந்தது என்று. நான் வீட்டிற்கே செல்வதில்லை என் கூட்டாளி ரூமில் தங்கிக்கொள்வேன். சாப்பாட்டு வேளைக்கு வீட்டிற்குச் சென்று சாப்பிடுவேன். இரவில் வீட்டிற்குச் சாப்பிடச் செல்வது இல்லை.

ஒரு நாள், நில, வீடு புரோக்கர் செல்லக்கண்ணு என்னிடம் பேசிக்கொண்டிருந்தபோது “ரியல் எஸ்டேட் அதிபர் சந்தையூர் சக்ரபாணிக்கு ஆள் தேவைன்னு சொன்னாங்க ... நீ சும்மா தானே இருக்கே ... கேட்டுகிட்டு கூட்டிட்டுப்போறேன்” என்றான். நானும் “சரி...” என்றேன். ஒரு நாள் சக்ரபாணி அலுவலகத்திற்குக் கூட்டிக்கொண்டு சென்றான்.

சக்ரபாணியின் அலுவலகம் அண்ணா நகர் 60 அடி சாலையில் ஒரு கட்டடத்தின் முதற்தளத்தில் இருந்தது. கீழ்த் தளத்தில் ஒரு டிப்பார்ட்மெண்டல் ஸ்டோரும் ஒரு பைனான்ஸ் கடையும் இருந்தன. அலுவலகம் இரண்டு பகுதிகளாக இருந்தது. ஒரு பகுதியில் சக்ரபாணி இருக்கும் அறை. இன்னொரு

பகுதியில் ஊழியர்கள் இருக்கும் அறை. செல்லக்கண்ணு என்னை சக்ரபாணி அறைக்குக் கூட்டிச்சென்றான். குளிர் சாதன வசதிகொண்ட அறை. சுழல் நாற்காலியில் ஆடிக் கொண்டே, எதிரே அமர்ந்திருந்த ஒருவரிடம் பேசிக்கொண் டிருந்தவர், எங்களைப் பார்த்தார். செல்லக்கண்ணு என்னைப் பற்றிச் சொன்னான். அவர் என்னைப் பார்த்தார்.

"என்ன பண்றே" என்றார்.

"சும்மாதான் இருக்கேன்"

"அப்பா என்ன பண்றாரு"

"ஏட்டா இருந்தாங்க இப்ப ரிட்டயர்ட் ஆயிட்டாரு"

"கடைசியாக எந்த ஸ்டேசன்லே இருந்தாரு"

"தட்டான்பட்டி ஸ்டேசன்லே"

"டிரைவிங் தெரியுமா?"

"தெரியும்"

"நாளன்னக்கி வெள்ளிக்கிழமை, காலையிலே பத்தரை ட்டு பன்னிரண்டரை ராகு காலம். அதுக்குப் பின்னாடி பள்ளிக்கூடத்து சர்ட்டிபிகேட், டிரைவிங் லைசென்ஸைக் கொண்டாந்து கணக்குப்பிள்ளைட்ட குடுத்துட்டுச் சேந்துக்க. மத்த விவரம் கணக்கப்பிள்ளை சொல்லுவாரு."

அழைப்பு மணியை அழுத்தி கணக்கப்பிள்ளையை வரவழைத்து என்னைக் காண்பித்து விவரம் சொன்னார். முடியை போலீஸ்காரர்போல் சம்மர் கிராப்பாக வைத்திருந்தார் சக்ரபாணி. மீசை இல்லை. வெள்ளை முழுக்கைச் சட்டை அணிந்திருந்தார். மூக்கு கூர்மையாக இருந்தது. வசதியானவர் களின் லட்சணத்தோடு இருந்தார்.

அவருக்குக் கொடுக்கல் வாங்கல் உள்ளிட்ட பல தொழில் கள் இருப்பதாகச் சொன்னார்கள். நான் அவர் கூறியபடி வேலையில் சேர்ந்தேன். முதல் மூன்று நாட்கள் சொல்லிக் கொள்ளும்படியான வேலை என்று ஏதுமில்லை. நான்காவது நாள், டிரைவர் வரவில்லை என்பதால், சக்ரபாணி வீட்டிற்குக் காலையில் போகச் சொன்னார்கள். நானும் போனேன்.

வீடு பெரிய பங்களாவாக இருந்தது. வாசலில் பெரிய கேட். கூர்க்கா இருந்தான். நான் போன சமயம் வாசலில்

பள்ளி வேன் நின்றிருந்தது. கூர்க்கா என்னை யார் என்று கேட்டான். அந்தச் சமயம் கேட் திறந்தது. நான் அசந்து போனேன். அழகுன்னா அப்படியோர் அழகு. சிவப்புன்னா அப்படி ஒரு சிவப்பு. சிவப்பு என்று சொல்ல முடியாது. ரோஸ் கலர். காதில் தோடு இல்லை. வளையம் போட்டிருந் தாள். ஒருவன் ஒரு பெண் குழந்தையை – ஒன்பதாம் வகுப் புக்குக் கீழ்தான் படிக்க வேண்டும் – வேனில் ஏற்றினான். பின் உள்ளே சென்றுவிட்டாள். நான் கூர்க்காவிடம் கோபால் வந்துள்ளதாகச் சொல்லச் சொன்னேன். உள்ளே சென்றுவிட்டு எந்தக் கோபாலு என்று கேட்பதாகக் கூர்க்கா கூறினான். நான், "புதிதாக வேலைக்குச் சேர்ந்திருக்கிற கோபாலு" என்று சொன்னேன். சற்று நேரத்தில் கார் சாவி வந்தது. நான் காரைத் துடைத்து சுத்தம்செய்து நின்றிருந்தேன். சக்ரபாணி வந்தார். கூட இருவர் வந்தனர். அவர் முன் சீட்டிலும் பிற இருவர் பின் சீட்டிலும் அமர்ந்துகொண்டனர். பல இடங் களுக்குச் சென்றோம். மதியம் புகழ்பெற்ற ஓர் அசைவ ஓட்டலில் உணவு. வேண்டியதை வாங்கிச் சாப்பிடச் சொன்ன தால் நானும் நன்றாகச் சாப்பிட்டேன். நான் நன்றாகக் கார் ஓட்டுவதாகச் சக்ரபாணி கூறினார். நான் இந்தச் சந்தர்ப் பத்தில்தான் கவனித்தேன். அவருக்கு இடது கையில் ஆறு விரல்கள் இருந்தன.

அவர் வீட்டில் இரண்டு கார்கள் இருந்தன. சக்ரபாணியின் மனைவியான அந்த ரோஸ் கலர் அக்காவிற்கென்று ஒரு காரும் தனியாக ஒரு டிரைவர் பையனும் இருந்தனர். அந்தப் பையன் வீட்டு வேலையையும் டிரைவர் வேலையையும் சேர்த்துப் பார்த்துக்கொண்டிருந்தான். சக்ரபாணியின் டிரைவருக்கு உடல்நலம் சரியில்லாத நாட்களில் நான் கார் ஓட்டுவேன். அந்த டிரைவருக்குச் சிறுநீரகம் பழுதாகிவிட்டது. சக்ரபாணிதான் மருத்துவமனையில் சேர்த்து செலவழித்துப் பார்த்தார். அவர் இறந்தபின் நான் சக்ரபாணியின் டிரைவராகி விட்டேன். சக்ரபாணி, மனைவி குழந்தைகளுடன் வெளியே செல்வதென்றால் நான் ஓட்டும் காரில்தான் செல்வார்.

ஒரு நாள் என் அப்பா என்னைத் தேடி வந்தார். இறந்து போன என் தாயாரின் அண்ணன் இறந்துவிட்டதைத் தெரிவிக்க வந்திருந்தார். நானும் விடுப்பு எடுத்து கிராமத்திற்குப் போய்த் திரும்பிவந்தேன். அப்போது என் அப்பா, "சக்ரபாணி கூட இருக்கே... அரசியல்வாதிங்க கூட உரசினா அவருக்கும் கூட இருக்கிறவங்களுக்கும் பிரச்சினை வரும். அல்லது வேறே குரூப்போட மோதினா பிரச்சினை வரும். பட்டும்

படாமலும் இருந்துக்க...” என்று புத்தி சொன்னார். நான் தலையாட்டினேன்.

எனக்குப் பல விஷயங்கள் தெரிந்துவிட்டன. நகரின் குறுக்கே ஓடும் ஆற்றுக்கு வடக்குப் பக்கம் சக்ரபாணி அதிகாரத்திலும் தெற்குப் பக்கம் ஒன்றரைக்கண் மாரி என்ற மாரியப்பன் அதிகாரத்திலும் இருந்தன. இருவரும் ஆளும் கட்சியின் மாவட்ட பிரமுகருக்கு நெருக்கமாக இருந்தனர். தெற்குப் பக்கம் சக்ரபாணியும் வடக்குப் பக்கம் ஒன்றரைக்கண் மாரியும் தலையிடுவதில்லை. தெற்குப் பக்கம் ஏதாவது பிரச்சினையில் தொடர்பு ஏற்பட்டால் ஒன்றரைக்கண் மாரியிடம் சொல்லித் தான் நடவடிக்கை எடுக்க வேண்டும். அதேபோல் வடக்குப் பக்கம் சக்ரபாணியிடம் சொல்லித்தான் நடவடிக்கை எடுக்க வேண்டும்.

ரோஸ் கலர் அக்காவிற்கு கார் ஓட்டும் டிரைவர் விடுப்பு எடுத்தால் நான்தான் கார் ஓட்டுவேன். சக்ரபாணி அலுவலகக் காரை எடுத்துக்கொள்வார். ரோஸ் கலர் அக்கா, ஒரு குறிப்பிட்ட டிபார்ட்மெண்டல் ஸ்டோருக்கும் ஒரு குறிப்பிட்ட ஜவுளிக்கடைக்கும் சந்தான ஈஸ்வரர் கோயிலுக்கும் வழக்கமாகச் செல்வார். என்னை மரியாதையாக நடத்துவார். காபி குடிக்க நூறு ரூபாய் கொடுப்பார். “முதலாளியிடம் சொல்லமாட்டேன். பயப்படாதே” என்பார். ஒரு நாள் என் குடும்பப் பின்னணி பற்றி விசாரித்தார்.

ஒரு நாள் அலுவலகத்தில், சக்ரபாணி ஊழியர்களிடம் கத்திக்கொண்டிருந்த சத்தம் கேட்டு அவசரமாகப் படியேறி அலுவலகத்திற்கு வந்தேன். சக்ரபாணிக்கும் ஒன்றரைக்கண் மாரிக்கும் ஏதோ பிரச்சினை போலிருக்கிறது. அது சம்பந்தமாக முதலாளி கோபமாக இருப்பதாகக் கூறினார்கள். என்ன உள் விவகாரம் என்று தெரியவில்லை. ஆனால் ஏதோ பெரிய விவகாரம் நடந்திருப்பதுபோல் தோன்றியது. சக்ரபாணியின் முகம் சரியில்லை. காரில் ஏறும்போது என்னிடம் சிடுசிடு என்று பேசினார். காரின் குறுக்கே ஒரு டூவிலர் வந்தபோது “என்ன கார் ஓட்றே... செவுட்லே அறைஞ்சேன்னா... ஒழுங்கா ஓட்றா முட்டாப் பயலே” என்று என்னைத்தான் திட்டினார். இறங்கும் போது கார்க் கதவைச் சத்தம் வரும்படி ஓங்கிச் சாத்தினார். ரோஸ் கலர் அக்காவிற்கும் திட்டு கிடைக்கும் என்று நினைத்துக் கொண்டேன்.

அடுத்த நாள், சக்ரபாணி வீட்டிற்கு வழக்கம்போல் சென்றபோது, வீட்டிற்குச் சற்றுத் தள்ளியிருந்த வேப்ப மரங்களின்

கீழ் சேர் போட்டு அலுவலக ஊழியர்கள் உட்கார்ந்திருந்தனர். குசு குசு என்று பேசிக்கொண்டிருந்தனர். எனக்கு விவரம் தெரிந்தது. இன்று காலையில் ரோஸ் கலர் அக்கா வழக்கம்போல் சந்தான ஈஸ்வரர் கோயிலுக்குச் சென்று வெளியேறும்போது மோட்டார் சைக்கிளில் வந்த ஹெல்மெட் அணிந்த இருவர், "உன் புருஷனை ஒழுங்கா இருக்கச் சொல்லு... நடந்துக்கற விதம் சரியில்லை" என்று எச்சரித்துவிட்டுப் போயிருக்கிறார்கள். எனக்குச் சண்டையிடுவதற்கான புள்ளி விழுந்துவிட்டது. என் உடலும் மனமும் பரபரத்தன. அந்தப் புள்ளி தன்னைப் பற்றி ஏறுமாறு துடித்துக்கொண்டிருந்தது. கணக்குப்பிள்ளை உள்ளேயும் வெளியேயும் சென்று வந்துகொண்டிருந்தார். அவர் முகம் களையிழந்து பெரும்பாரத்தைச் சுமந்துகொண் டிருப்பவர்போல் இருந்தார். அன்று முழுவதும் சக்ரபாணி வீட்டைவிட்டு வெளியே வரவில்லை.

அன்று எனக்குத் தூக்கம் வரவில்லை. சண்டைக்கான புள்ளி துடித்துக்கொண்டேயிருந்தது. நள்ளிரவுக்குப் பின் எனக்கு ஒரு முடிவு தோன்றியது. ஒன்றரைக்கண் மாரி குரூப்பைச் சேர்ந்த ஒருவன் வேல் நகரில் குடியிருக்கிறான். காலையில் டீக்கடையில் டீ குடித்துத் தினசரி பேப்பர்களைப் படித்துக்கொண்டிருப்பதைப் பார்த்திருக்கிறேன். அவனைக் கத்தியால் குத்த வேண்டும். சாகக் கூடாது. எனக்கு நல்ல பெயர் கிடைக்கும் என்று தோன்றியது. இந்த முடிவு தோன்றிய வுடன் எனக்குப் பரவசம் ஏற்பட்டது. இரவு முழுவதும் சரியாகத் தூங்கவில்லை.

காலையில் சீக்கிரமாக எழுந்து குளித்துவிட்டுத் தூசி படிந்திருந்த ஹெல்மெட்டை ஈரத்துணியால் சுத்தம்செய்தேன். மோட்டார் சைக்கிளின் நம்பர் பிளேட்டை அகற்றினேன்.

மோட்டார் சைக்கிளில் ஹெல்மெட் அணிந்து, அவன் வருவதற்காகக் காத்திருந்தேன். அவன் பெயர் தெரியவில்லை. அன்று வெளிவரும் மாலை முரசில் பார்த்துத் தெரிந்துகொள்ள லாம் என்று தோன்றியது. தூரத்தே அவன் வந்துகொண்டிருந் தான். சண்டைக்கான புள்ளியைப் பற்றி ஏறிக்கொண்டிருந்தேன். அவன் சாமிக்கு மாலை போட்டிருந்ததால் கலர் வேட்டி கட்டியிருந்தான். சாமியைக் குத்திவிட்டால் இன்னும் புகழ் கூடும் என்று நினைத்துக்கொண்டேன். அருகில் வந்ததும் வண்டியுடன் அவனை நெருங்கி, வண்டியை நிறுத்தி, "உங்க முதலாளியை ஒழுங்கா இருக்கச் சொல்றா... நாயே" என்று கத்திக்கொண்டே, அவன் தாடையில் இடதுகையால் அறைந்து,

வலது கையால் அவன் இடுப்புக்குக் கீழே தொடைக்குச் சற்று மேலே குத்தி, அதே சமயம் அவன் காலை என் காலால் தட்டிவிட்டேன். அவன் கத்திக்கொண்டே கீழே விழுந்தான்.

நான் எங்கெங்கோ சுற்றிவிட்டு, வீட்டுக்கு வந்து நம்பர் பிளேட்டை மாட்டிவிட்டு மீண்டும் ஒருமுறை குளித்துவிட்டு, வழக்கம்போல் சக்ரபாணி வீட்டுக்கு வேலைக்கு வந்தேன். மத்தியானவாக்கில் செய்தி பரவியிருக்கும்போல. ஒன்றரைக்கண் மாரியோட ஆளை யாரோ கத்தியால் குத்திவிட்டார்களாம் என்று பேசிக்கொண்டனர். அவனுக்குத்தான் நிறைய எதிரிகள் இருப்பார்களே யார் கொன்றார்கள் என்று தெரியவில்லையே என்று மரத்தடியில் உட்கார்ந்திருந்த அலுவலக ஊழியர்கள் பேசிக்கொண்டனர். நான் எதுவும் தெரியாததுபோல் காரைச் சுத்தம் செய்துவிட்டு அவர்களுடன் உட்கார்ந்திருந்தேன்.

மாலையில் மாலை முரசை ஒருவன் வாங்கிக்கொண்டு வந்தான். குத்துப்பட்டு கிடப்பவனின் படம் போட்டிருந்தார்கள். அவன் பெயர் முருகேசு என்றும் குற்றவாளியைப் போலீஸ்காரர்கள் தேடிக்கொண்டிருக்கிறார்கள் என்றும் செய்திகள் இருந்தன. நான் கணக்குப் பிள்ளையைத் தனியே அழைத்து "நான்தான் குத்தினேன் ... உங்க முதலாளியை ஒழுங்கா இருக்கச் சொல்றா நாயே ... என்று சொல்லிக் குத்தினேன்" என்று சொன்னேன். அவர் திடுக்கிட்டு என்னைப் பார்த்தார். அடுத்த கணம் அவர் முகத்தில் புன்னகை மின்னல்போல் தோன்றியது. தேங்க்ஸ் என்று கூறி என் கையைப் பிடித்துக் குலுக்கினார்.

சுமார் ஒரு மணிநேரம் கழித்துக் கையில் செல்போனுடன் கணக்குப்பிள்ளை வேகமாக வந்தார். "முதலாளி பேசறாரு" என்று செல்போனைக் கொடுத்தார். "இன்னும் ரெண்டு மூணு நாளைக்கி ஆபீஸ்லே படுத்துக்க. ரூமுக்குப் போக வேண்டாம் ... பணம் தேவைப்படறதை கணக்குப்பிள்ளை கிட்ட வாங்கிக்க ... மத்ததை அப்புறம் பாத்துக்கலாம்" என்றார். 'மத்ததை அப்புறம் பாத்துக்கலாம்' என்பதை மட்டும் குரலைத் தணித்து அழுத்தமாகக் கூறினார்.

நான் அவர் கூறியபடியே அலுவலகத்தில் தங்கினேன். நான் ஓட்டும் காரில்தான் சக்ரபாணி வந்தார். கூட நால்வர் துணைக்கு வந்தனர். உருட்டுக்கட்டைகள், அரிவாள் போன்றவற்றை ஸீட்டுகளுக்குக் கீழே மறைத்து வைத்தோம். ரோஸ் கலர் அக்கா வெளியே சென்றதாகத் தெரியவில்லை. குழந்தைகள்

இரண்டு நாட்கள் பள்ளிக்குச் செல்லாமல் இருந்தனர். அதன் பிறகு பள்ளி வேனில் அல்லாமல் அலுவலகக் காரில் இரண்டு நபர்கள் பள்ளியில் இறக்கிவிட்டுத் திரும்பக் கூட்டி வந்தார்கள்.

போலீஸ் என்னைத் தேடி வரவில்லை. அவர்கள் விசாரணை, வேறு பக்கம் போய்க்கொண்டிருப்பதாகக் கணக்குப் பிள்ளை கூறினார். கொஞ்சம் கொஞ்சமாக நாங்கள் வழக்கமான வேலைகளுக்குத் திரும்பிக்கொண்டிருந்தோம். இரவு படுத்திருந்தபோது உள்ளுணர்வில் எனக்கு ஒரு சந்தேகம் தோன்றியது போலீஸில் என்மேல் சந்தேகம் இருப்பதாகச் சொன்னால், நான் கைதுசெய்யப்பட்டுப் போலீஸின் பாதுகாப்பில் அல்லது சிறைக்குப் பாதுகாப்பாகப் போய்விடுவேன் என்பதால் வேறுபக்கம் போக்குக்காட்டி என்னைப் போட்டுத் தள்ளிவிடுவார்கள் என்று தோன்றியது. இந்தச் சந்தேகத்தைக் கணக்குப்பிள்ளையிடமோ முதலாளியிடமோ கூறினால் என்னைப் பலவீனமானவனாக, பயந்தவனாக நினைத்து விடுவார்களோ என்றும் தோன்றியது.

இந்த எண்ணம் தோன்றியதும் எனக்குப் பயம் ஏற்பட ஆரம்பித்தது. உஷாராக இருக்க வேண்டும் என்று தோன்றியது. வழக்கமான முறைமைக்கு சக்ரபாணியும் ஊழியர்களும் மாறிக் கொண்டிருந்தனர். ரோஸ் கலர் அக்கா டிபார்ட்மெண்டல் ஸ்டோருக்குப் போய்ப் பொருட்கள் வாங்கி வந்தார். என் வங்கிக் கணக்கில் வரும் ஒன்றாம் தேதி ஒரு பெருந்தொகை போட உள்ளதாகக் கணக்குப்பிள்ளை கூறினார். என் திருமணத்திற்கு அது உதவியாக இருக்கும் என்றும் அவர் கூறினார். நான் என் அறையில் படுக்க ஆரம்பித்தேன். ஒன்றும் பிரச்சினை இல்லை. போலீஸிலும் தேடவில்லை. அதேசமயம் பழிக்குப் பழி வாங்கியாகிவிட்டது. வேலை செய்யும் இடத்திலும் நல்ல பெயர்; பெரும் பணம் வேறு கிடைக்கப்போகிறது என்று மனத்திற்கு மகிழ்ச்சியாக இருந்தது. "நல்ல காரியம் செய்தேடா கோபாலு" என்று என்னை நானே பாராட்டிக்கொண்டேன்.

இப்படி ஒரு புறம் தோன்றினாலும் இன்னொரு பக்கம் உஷாராக இருக்க வேண்டுமென்ற எண்ணம் ஏற்பட்டு, லேசாகச் சத்தம் கேட்டாலும் திடுக்கிட ஆரம்பித்தேன். தூக்கம் சரியாக வரவில்லை. இறந்துபோன அம்மா, மாமா, மற்றும் அப்பா, சித்தி, சித்தியின் குழந்தைகள், செண்பகா டீச்சர் என்று மனம் அலம்பிக்கொண்டே இருந்தது. மற்ற வாத்தியார்கள் எல்லாம் என்னைத் திட்டிக்கொண்டும் முட்டிக்கால் போட வைத்தும் பிரம்பால் அடித்துக்கொண்டிருந்தும் இருந்த

வேளையில், செண்பகா டீச்சர் ஒருவர்தான் அன்பாக இருந்தார். "கூடப் படிக்கிறவங்களை அடிக்காதே ... அப்புறம் நீயும் அடிப்பட்டுத்தான் சாவே ... ஒழுங்கா இரு" என்பார். அவர் ஒரு டப்பாவில் கடலை மிட்டாய் வைத்திருப்பார். எனக்கும் கொடுப்பார். இவ்வளவு நாட்கள் இல்லாமல் இப்போது செண்பகா டீச்சர் நினைவு எதற்காக வருகிறது என்று தெரிய வில்லை. மனரீதியாக ஏதோ கணக்கு இருக்கும் போலிருக்கிறது.

காலையில் நான் மோட்டார் சைக்கிளில் வேலைக்குச் செல்லும்போது, தெருமுனையில் ஒருவன் மோட்டார் சைக்கிளில் வந்து மறித்தான். அடுத்த கணம் சண்டைக்கான புள்ளி என் மனத்தில் உருவாகியது. மனமும் உடலும் பரபரத்தன. அந்தப் புள்ளியைப் பற்றி ஏறினேன். வண்டியை விட்டுவிட்டு அவனைத் தூக்கி எறிய நெருங்கினேன். அதே நேரம் வலப் பக்கமிருந்து ஒருவனும் இடப்பக்கமிருந்து ஒருவனும் அரிவா ளுடன் ஓடிவந்தனர். நான் கைகளால் தடுக்க அரிவாள் வெட்டு கைகளிலும் தோள்பட்டைகளிலும் விழுந்தன. அரிவாள் வெட்டு விழுந்த கணம் என் மனத்தில் உருவாகிய புள்ளியும் துடித்து விழுந்து தவிக்க ஆரம்பித்தது. அடுத்த கணம் புள்ளி மறைந்தது. நான் கீழே சரிந்தேன். என்னால் ஒன்றும் செய்ய முடியவில்லை. என் உடல் துடிப்பதை உணர்ந்தேன். துடிப்பு அடங்கிவிடும் என்று தோன்றியது. அவ்வாறே அடங்கியது. இதுதான் இறப்பு என்பதோ என்று நினைத்து இறந்தேன்.

காலையில் நான் மோட்டார் சைக்கிளில் வேலைக்குச் செல்லும்போது, தெருமுனையில் ஒருவன் மோட்டார் சைக்கிளில் வந்து மறித்தான். அடுத்த கணம் சண்டைக்கான புள்ளி என் மனத்தில் தோன்றியது. உடலும் மனமும் பரபரத் தன. வண்டியை விட்டு இறங்கினேன். அடுத்த கணம் வலப்பக்க மிருந்து ஒருவனும் இடப்பக்கமிருந்து ஒருவனும் அரிவாளுடன் வருவதைப் பார்த்தேன். மோட்டார் சைக்கிளில் வந்தவனை, அப்படியே தூக்கி இடது பக்கம் வந்தவன் மேல் வீசினேன். அவன் அரிவாளுடன் வந்தவன் மேல் விழுந்து, இருவரும் கீழே விழ எனது மோட்டார் சைக்கிளை வலது பக்கம் வந்தவன் மேல் தள்ளினேன். அவனும் கீழே விழுந்தான். இடப்பக்கம் விழுந்தவன் வைத்திருந்த அரிவாளைப் பிடுங்கிக்கொண்டேன். அவன் கைகளில் அரிவாள் கீறியது வலப்பக்கம் மோட்டார் சைக்கிள் மோதி விழுந்தவன் எழ முடியாமல் கிடந்தான். நான் அந்த அரிவாளையும் எடுத்துக் கொண்டேன். "வாங்கடா வந்து பாருங்கடா" என்று கூச்சலிட் டேன். கூட்டம் கூடியது. இரண்டு அரிவாள்களையும் எடுத்து

மோட்டார் சைக்கிளின் முன் பையில் வைத்துக்கொண்டு கிளம்பினேன். சக்ரபாணியின் வீட்டிற்குச் செல்லாமல் அலுவலகத்திற்குச் சென்றேன்.

கணக்குப்பிள்ளையிடம் விவரத்தைச் சொன்னேன். அவர் ஆச்சரியப்பட்டார். “வீரண்டா... நீ...” என்றார். போலீஸ் வந்து இரண்டு பக்கமும் வழக்குப் போட்டார்கள். ஆளும் கட்சியின் மாவட்டப்பிரமுகர், இரண்டு தரப்பிற்குமிடையே மத்தியஸ்தம் பேசி சமரசம் செய்துவைத்தார். எனக்கு சக்ரபாணியின் ஆட்களிடம் மதிப்பு கூடியது. சக்ரபாணியின் வீட்டில் ஒருநாள் சாப்பிட்டேன். ரோஸ் கலர் அக்கா பரிமாறினார். அப்போது அவரின் காதுவளையம் ஆடியது அழகாக இருந்தது.

இப்போது நான் காண்ட்ராக்ட் தொழில்செய்கிறேன். தனியாக அலுவலகம் வைத்திருக்கிறேன். திருமணம் ஆகி விட்டது. மனைவியிடம் காதில் வளையம் போடச் சொல்லி அவளும் போட்டுக்கொண்டிருக்கிறாள். அது ஆடும் அழகைப் பார்த்துக்கொண்டிருக்கிறேன். அடிப்பவன் அடிபட்டுச் சாவான் என்று சொல்கிறார்கள். சாகாமல் நன்றாக இருக்கிற எத்தனைபேரைப் பார்த்துக்கொண்டிருக்கிறார்கள். அவர்களில் நானும் ஒருவன்.

காலச்சுவடு, பிப்ரவரி 2012

மட்டாஞ்சேரி ஸ்ரீதரன் மேனன்

வெற்றிச்செல்வி அலுவலகத்திற்குச் செல்லத் தயாராகிக்கொண்டிருந்தாள். மருத்துவக் கல்லூரியும் பொறியியல் கல்லூரியும் அவள் நிர்வாகத்தின் கீழ் இயங்கிவருகின்றன. வேலை எனப் பெரிதாக ஒன்றும் இல்லை. அலுவலகத்திற்குச் சென்று அமர்ந்தால்தான் அனைத்து நிறுவனங்களும் கட்டுக்கோப்புடன் நடக்கும் என்று நினைப்பதால் தினமும் அலுவலகத்திற்குச் செல்கிறாள். கணவர் கோயிலுக்குச் செல்லத் தயாராகி விட்டாரா என்று அறைக்குள் எட்டிப்பார்த்தாள். அப்போது அவர் பிரா அணிந்துகொண்டிருந்தார். 'இந்நேரம் நிறைய பக்தர்கள் வந்திருப்பாங்க. சீக்கிரம் கிளம்புங்க' என்றாள். மூட்டுவலி அதிகரித்துள்ளதாகக் கணவர் கூறினார்...' தினமும் செல்வதைத்தான் புதன், சனி, ஞாயிறு என்று குறைத்தாகிவிட்டதே...' என்று அவள் கூறினாள்.

அவள் மீண்டும் எட்டிப்பார்த்தாள். கணவர் உதட்டிற்கு லிப்ஸ்டிக் போட்டுக்கொண்டிருந்தார். பிறகு கண்களுக்கு மை தீட்டினார். 'சீக்கிரம். நேரமாகிவிட்டது' என்றாள் வெற்றிச்செல்வி. உதட்டுச் சிவப்பும் கண்களைச் சுற்றித் தீட்டியிருந்த மையும் அவருக்கு வழக்கம்போல் பெண் சாயலை ஏற்படுத்தின. பட்டுச்சேலையைப் பஞ்சகச்சம் மாதிரிக் கட்டியிருந்தார். வயிற்றை மறைக்கும் ரவிக்கை. கைகளில் ரோமங்கள் இல்லை. கால்களில் சலங்கை. உயரமாக இருந்தார்.

அவர்கள் இருவரும் வெளியே வந்தார்கள். பாது காவலர்கள் நால்வர் வெளியே நின்றிருந்தார்கள். அலுவலகத்திற்குச் செல்வதற்காக வெற்றிச்செல்வி தன்

காரில் ஏறினாள். கணவர் ஒரு காரில் ஏறினார். பாதுகாவலர் ஒருவர் மட்டும் அக்காரின் முன்புற இருக்கையில் அமர்ந்து கொண்டார். ஏனைய பாதுகாவலர்கள் மூவரும் அடுத்து இருந்த காரில் ஏறி அவரது காரைப் பின்தொடர்ந்தார்கள்.

கோயில் இருந்த வளாகத்தின் முன்புறமுள்ள கேட்டின் முன் கார்கள் நின்றன. அவர் இறங்கி நடந்தார். பாதுகாவலர்கள் நால்வரும் பக்கத்திற்கு ஒருவராகப் பாதுகாப்பாக நடந்து வந்தனர். இருபுறமும் பக்தர்கள் கூட்டம். 'கிருஷ்ண கிருஷ்ண கிருஷ்ண கிருஷ்ண ராதாகிருஷ்ண வாழிய வாழியவே' என்று ஒலிபெருக்கியில் குரல் ஒலிக்கப் பாதையின் இரு புறமும் நின்றிருந்த பக்தர்களும் அதையே உரத்த குரலில் கூறினார்கள். அவருக்கு முன்னால் சென்ற பெண்கள் இருவர் மல்லிகை மலர்களைத் தூவிச் சென்றுகொண்டிருந்தார்கள்.

அவர் சாதாரணமாக நடந்துகொண்டிருந்தார். சலங்கைச் சத்தம் கேட்டுக்கொண்டிருந்தது. திடீரென அவர் நடையில் மாற்றம் தெரிந்தது. ஒரு பெண் அவருக்குள் புகுந்துகொண்டதைப் போலிருந்தது. நடை பெண் நடையாக மாறியது. உடலசைவு கள் பெண்ணுடையவை போல் மாறின. கழுத்தைச் சாய்த்துக் கண்களைச் சுழற்றி நாட்டியப் பெண்போலச் சுற்றியிருந்தவர் களைப் பார்த்துக்கொண்டே நடந்தார். திடீரென நடனமாடிக் கொண்டே, மண்டபத்தின் மையத்தில் வைக்கப்பட்டிருந்த ராதாகிருஷ்ணன் விக்கிரகத்தை நோக்கிச் சென்றார். பக்தர்கள் அவர்மேல் விழுந்துவிடாமல் பாதுகாவலர்கள் பார்த்துக் கொண்டார்கள். மலர் தூவிச் சென்ற பெண்கள் அவர் நடன மாடும் வேகத்தைக் கண்டு பயந்து ஒதுங்கிக்கொண்டார்கள்.

அவர் பீடத்தில் வைக்கப்பட்டிருந்த மாலையை நடன மாடியபடியே எடுத்துக்கொண்டார். மாலையை அணிந்து கொண்டதும் நடனத்தின் வேகம் கூடியது. 'கிருஷ்ண கிருஷ்ண கிருஷ்ண கிருஷ்ண கிருஷ்ண ராதாகிருஷ்ண வாழிய வாழியவே' என்ற குரல் ஒலிபெருக்கியில் ஒலிக்கப் பக்தர்களும் அதையே பின்பற்றிக் கூறிக்கொண்டிருந்தார்கள். அவர் சுழன்று சுழன்று தனக்குத் தோன்றியவாறெல்லாம் நடனமாடிக்கொண்டிருந்தார். வியர்வையில் முகப்பவுடர் கலைந்து திட்டுத் திட்டாகத் தெரிந்தது. கூட்டத்தில் ஒரு பெண் சாமி வந்து அவளும் நடனமாடத் தொடங்கினாள். கூட்டம் பரபரப்படைந்தது. கூட்டத்தின் கவனம் அவளை நோக்கிச் செல்வதையும் கூட்டத்திலிருந்தவர்கள் அவளைப் பார்ப்பதற்கு முண்டியடித்ததையும் கவனித்த ஊழியர்கள் அவளைக் கூட்டத்திலிருந்து தனியே அகற்றிக்கொண்டு சென்றனர்.

அவரால் முடிந்த உச்சவேகத்திற்கு நடனம் சென்றதும் ஒரு கட்டத்தில் அவர் சோர்ந்து தரையில் விழுந்தார். தரையில் கிடந்த நிலையில் அவருடைய உடல் மூச்சு வாங்கிக்கொண் டிருந்தது. சற்று நேரத்தில் எழுந்து அமர்ந்தார். ஒரு சொம்பில் நீர்மோர் கொண்டுவந்து ஒருவர் கொடுத்தார். அதை வாங்கிக் குடித்துவிட்டு எழுந்தார். பக்தர்கள் கூட்டத்திற்கிடையே, அவர் செல்வதற்குத் தனியாகக் கல்பதிக்கப்பட்ட பாதை அமைக்கப்பட்டிருந்தது. அதன் வழியாகச் சென்றால் அனைவரும் ஓரளவிற்கு அவரைப் பார்க்க முடியும். அப்பாதை வழியே நடந்தார். முன்வரிசையில் நின்றிருந்தவர்கள் அவர் காலில் விழுந்தார்கள். பாதுகாவலர்கள் அவரைச் சுற்றிப் பாதுகாவலாகச் சென்றனர்.

பாதைவழியே தரிசனம் கொடுத்து மீண்டும் கிளம்பிய இடத்திற்கே வந்து சேர்ந்தார். சிறப்புத் தரிசனத்திற்குப் பணம் கட்டியவர்கள் தனிவழியில் வந்த அவரைச் சந்தித்து ஆசியும் அருள்வாக்கும் பெறும் தருணம் ஆரம்பமாகியது. சிறப்புத் தரிசனத்திற்கு அனைவரையும் அனுமதிக்க மாட்டார்கள். எண்ணிக்கை வரையறை உண்டு. அங்கிருந்த சிம்மாசனத்தில் அவர் அமர்ந்தார். உஷ் என்று வாய்வழியே காற்றைவிட்டு ஆசுவாசமானார். களைப்பும் தூக்கமும் கண்களைக் கட்டிக் கொண்டு வந்தன. ஆனால் மயக்க நிலையில் இருப்பவர்போல் உடல் மட்டும் ஆடிக்கொண்டிருந்தது.

முதலில் நுழைந்தவர் வயதானவராக இருந்தார். வந்தவர் கண்கலங்க அவர் காலில் நெடுஞ்சாண்கிடையாக விழுந்தார்.

'அம்மையே எனக்கு ஒரே மகன். தறுதலையா இருக்கான். சொல் பேச்சு கேக்கமாட்டேங்கிறான். நீங்கதான் அவனைத் திருத்தணும்.'

அவர் மயக்க நிலையில் அந்த முதியவரிடம் கூறினார் 'நான் திருத்தறேன். வரும் பௌர்ணமி அன்னைக்குப் பையனை விரதம் இருக்கச் சொல்லி, உங்க குடும்பத்தாரும் விரதம் இருந்து இரவு ஆறரை மணிக்கு உங்க குலதெய்வத்தை வணங்கி னால் எல்லாம் சரியாகும். உங்க மகன் தங்கமா மாறுவான்.' பக்கத்திலிருந்த பித்தளைப் பாத்திரத்தில் கையை விட்டுத் துளசி இலைகளை எடுத்து அவருக்கு அளித்தார். முதியவர் கையை விரித்துப்பார்த்தார். துளசி இலைகளினூடே ஒரு சிறிய ராதாகிருஷ்ணன் சிலை இருந்தது. எல்லோருக்கும் இவ்வாறு சிலை வராது. சிலருக்குத்தான் சிலை வரும். முதியவர் கண்களில் வழிந்த நீரைத் துடைத்துக்கொண்டே வெளியேறினார்.

அடுத்ததாக இளம்பெண் ஒருத்தி வந்தாள். 'அம்மையே, எனக்குக் கல்யாணமாகி அஞ்சு வருஷமாச்சு. குழந்தைப் பாக்கியம் இல்லை.'

அவருக்குச் சிரிப்பு வந்தது. அடக்கிக்கொண்டார். 'வரும் அமாவாசை அன்று நீங்களும் உங்க வீட்டுக்காரரும் மட்டும் ராமேஸ்வரம் சென்று அக்கினித் தீர்த்தத்தில் குளித்து அன்று அங்கேயே தங்கியிருந்து அடுத்த நாள் காலையில் ஊரைவிட்டு அகன்றுவிட வேண்டும். நினைத்தது நடக்கும்' என்று பாத்திரத் தில் கையை விட்டுத் துளசி இலைகளை அளித்தார். கையை விரித்துப்பார்த்தாள். சிலை இல்லை. அவள் கைகளில் நிறைய வளையல்கள் அணிந்திருந்தாள். அவள் பின்புறம் பெரியதாக இருந்தது கண்களுக்குத் தெரிந்தது. கண்களை வேறுபக்கம் திருப்பிக்கொண்டார்.

அடுத்ததாக நடுத்தரவயதுப் பெண்ணொருத்தி வந்தாள். 'என் வீட்டுக்காரர் என்னைவிட்டுப் போயிட்டார். திரும்பி வர்றதுக்கு உதவிபண்ணுங்க' என்றாள்.

'திரும்பி வரமாட்டார்' எனச் சொல்லவிருந்தவர், 'இன்னும் நான்கு வருடங்களுக்கு அவர் வர்றதுக்கு வாய்ப்பில்லை' என மாற்றிச் சொல்லிப் பாத்திரத்திலிருந்து துளசி இலைகளை எடுத்து அளித்தார். இப் பெண்ணிற்கும் சிலை வரவில்லை.

அவர் வலது பக்கம் திரும்பி அங்குப் பவ்யமாக நின்றிருந்த பையனைப் பார்த்தார். அவன் ஏற்கனவே பெப்ஸி ஊற்றி வைத்திருந்த எவர்சில்வர் டம்ளரைக் கொண்டுவந்து அவரிடம் பவ்யமாகக் கொடுத்தான். டம்ளரின் வெளிப்புறம் முத்து முத்தாக வியர்த்திருந்தது. அதை அருந்தியதும் அவருக்குச் சிறுநீர் கழிக்க வேண்டும்போல் இருந்தது. சிம்மாசனத்திலிருந்து இறங்கிச் சிறுநீர் கழிக்குமிடத்தை நோக்கிச் சென்றார். சிறப்புத் தரிசனத்திற்காகக் காத்திருந்தவர்களை அலுப்புடன் பார்த்துக் கொண்டே சென்றார்.

வெற்றிச்செல்வியின் தாய், தந்தையருக்கு நான்கு பெண்கள். அவள் நான்காவது பெண். அவளுடைய தந்தை தபால் அலுவலகத்தில் வேலையிலிருந்தார். மூன்று பெண்களுக்குத் திருமணம் முடித்தபோதே அவர் ஒன்றுமில்லாதவராகிப் பெரும் கடனாளியாகிவிட்டார். வேறுவழி இல்லாமல் தையல் காரரான தங்கவேலுக்கு வெற்றிச்செல்வியைத் திருமணம் செய்துவைத்தார். அவளுக்குத், தையல்காரரைத் திருமணம் செய்வதில் விருப்பமேயில்லை. திருமணச் சமயத்தில் அவள்

சோகத்துடனேயே இருந்தாள். நல்ல மாப்பிள்ளை பார்க்க வசதியில்லாமல் போய்விட்டதே என்று வெற்றிச்செல்வியின் தந்தையும் வருத்தப்பட்டுக்கொண்டேயிருந்தார்.

தங்கவேல் மீசையில்லாமல் இருந்தான். உயரமாக இருந்தான். திருமணத்திற்குப் பிறகு மீசை வைத்துக்கொள்ளுமாறு எவ்வளவோ சொல்லிப் பார்த்தாள். அவன் கேட்கவில்லை. சிறிய வீடு. ஒற்றை அறை; பின்னால் சமையலறை. அவ்வளவு தான். தங்கவேலின் அம்மா வீட்டிற்கு வெளியே கயிற்றுக் கட்டிலில் இரவில் படுத்துக்கொள்வாள். பெரும்பாலான இரவுகளில் இருமிக்கொண்டேயிருப்பாள்.

பத்தடிக்குப் பத்தடியில் தங்கவேல் ஒரு கடை வைத்திருந் தான். பெரும்பாலும் பெண்கள்தாம் வாடிக்கையாளர்கள். பண்டிகை மாதங்கள் தவிரப் பிறநாட்களில் போதுமான அளவிற்கு உருப்படிகள் வருவதில்லை. வருமானமில்லாத நாட்களில் அப்பா வீட்டிற்குச் சென்று அரிசி எடுத்துவந்து, வெற்றிச்செல்வி சமைப்பாள். சமயங்களில் செலவுக்கும் பணம் வாங்கிவருவாள். அப்போது அவள் மனம் மிகவும் கஷ்டப்படும்.

இரவில் வெற்றிச்செல்வியும் தங்கவேலும் கூடும்போது, வெளியிலிருந்து பலத்த இருமல் சத்தம் கேட்டால் தங்கவேலு விலகிவிடுவான். இப்படிப் பல இரவுகளில் நடந்ததுண்டு. ஒரு நாள் பலத்த இருமல் சத்தம் கேட்டு விலகினான். அந்த இருமல் வழக்கமான இருமல் சத்தம் மாதிரிக் கேட்கவில்லை. அவள் அவன்மேல் விழுந்து இயங்கலாம் என்று பார்த்தாள். அவன் விலக்கித் தள்ளினான். ‘வழக்கமான இருமல் மாதிரி இல்லயே’ என்றான். வெளியிலிருந்து மூச்சிரைக்கும் சத்தம் கேட்டது. வெற்றிச்செல்வி ஆடைகளைச் சரிசெய்துகொண்டாள். கதவைத் திறந்து தங்கவேல் வெளியே வந்தான். பின்னாலேயே அவளும் வந்தாள். கயிற்றுக்கட்டிலில் படுத்திருந்த தங்கவேலின் தாயாரின் மார்பு மூச்சிரைப்பில் ஏறி இறங்கிக்கொண்டிருந்தது. சளியின் சத்தம் ‘கரகர’வென்று கேட்டது. உயிருக்குப் போராடிக் கொண்டிருந்ததைப் போல் இருந்தது. பக்கத்துப் போர்ஷன்காரர் களின் துணையோடு ஒரு ரிக்ஷாவைப் பிடித்து, பெரியாஸ் பத்திரிக்குக் கொண்டுசென்றார்கள். அடுத்தநாள் விடிகாலையில் உயிர் அடங்கிவிட்டது. இறுதிச் சடங்குகள் செய்ய அவன் கையில் பணமில்லை. திருப்பிக் கொடுக்க வசதியில்லாதவர்கள் என்பதால் பக்கத்துப் போர்ஷன்காரர்களும் கடன் கொடுக்கத் தயங்கினார்கள். கடைசியில் விருதுநகரில் கட்டிக்கொடுத் திருக்கும் தங்கவேலின் அக்கா வந்து, அவள் செலவிலேயே இறுதிச் சடங்குகள் நடந்தன.

அதற்குப் பின் வெளியில் இருமல் சத்தம் கிடையாது. ஒருநாள் தூங்கிக்கொண்டிருந்த வெற்றிச்செல்வி ஏதோ சத்தம் கேட்டு விழிக்க, தங்கவேல் பெண் உடைகளை அணிந்து கொண்டிருந்ததைப் பார்த்தாள். அவள் கேட்ட கேள்விக்கு அவன் பதில் சொல்லவில்லை. ஆடைகள் அணிவதிலேயே முனைப்பாக இருந்தான். அவனிடம் அப்படிப்பட்ட கிளர்ச்சியை அவள் கண்டதில்லை. அத்தகைய மூர்க்கத்தையும் அவள் கண்டதில்லை. உடல் தந்த இன்பத்தில் மூழ்கி இறந்து போய் விடுவோமோ என்றுகூடத் தோன்றியது.

அடிக்கடி இரவில் பெண் ஆடைகளை அவன் அணிவது வழக்கமாகிவிட்டது. ஆரம்பத்தில் ஒருமாதிரியாக இருந்த போதும் நாளாவட்டத்தில் வெற்றிச்செல்விக்கும் அவனது நடத்தை பழகிவிட்டது.

வெற்றிச்செல்வியின் அப்பா, பணியிலிருந்து ஓய்வுபெற்ற தில் கிடைத்த பணத்தில் ஒரு தொகையை அவளுக்குக் கொடுத் திருந்தார். அதை வைத்து ராதாகிருஷ்ணன் கோயிலுக்குப் பக்கத்துத் தெருவில் இருந்த ஒரு கடையை வாடகைக்குப் பிடித்துத் தையற்கடையை ஆரம்பித்தார்கள். ஓரளவிற்கு வசதி யானவர்கள் குடியிருக்கும் பகுதி என்பதால் கடையிலிருந்து சுமாரான வருமானம் வர ஆரம்பித்தது. வெற்றிச்செல்வி பி.ஏ. (பொருளாதாரம்) தமிழ்வழியில் படித்திருந்தாள். அவளுக்கு ஒரு கடையில் பில்போட்டுப் பணம் வசூலிக்கும் வேலை கிடைத்தது. அது பெரிய வேலையாக வெற்றிச் செல்விக்குத் தெரிந்தது. கடையில் விற்பனையாளர் வேலை என்றால் நின்றுகொண்டே இருக்க வேண்டும். இந்த வேலை உட்கார்ந்து கொண்டே பார்க்கும் வேலை. கௌரவமான வேலையாகத் தோன்றியது.

தைப்பதற்குத் துணிகள் அதிகம் வர ஆரம்பித்ததால், தையற்காரன் ஒருவனைச் சம்பளத்திற்கு உடன் வைத்துக் கொண்டான் தங்கவேல். பக்கத்துத் தெருவில் இருக்கும் ராதா கிருஷ்ணன் கோயிலில் மாலை வேளையில் நடக்கும் பஜனை களிலும் ஞாயிற்றுக்கிழமைகளில் பகல்வேளையில் நடக்கும் பஜனையிலும் தங்கவேல் கலந்துகொள்வான். விசாலமான மண்டபத்தில் ராதா கிருஷ்ணன் விக்கிரகத்தை வைத்து நாலைந்து பேர் பாடுவார்கள். பக்தர்களும் அவர்களைப் பின்பற்றிப் பாடுவார்கள். ஒரு ஞாயிற்றுக்கிழமை பகல் வேளையில் ஆந்திரா விலிருந்து ஒரு பஜனை கோஷ்டியினர் வந்து பாடி ஆடுவார்கள் என்றும் மதியம் கல்கண்டு சாதமும் சாம்பார் சாதமும் வழங்கப்படும் என்றும் தெரிவிக்கப்பட்டிருந்தது. தங்கவேலும்

அந்த நிகழ்ச்சிக்குச் சென்றிருந்தான். ராதாகிருஷ்ணன் விக்கிரகத்தின் முன்பு அவர்கள் ஆடிக்கொண்டே பாடினார்கள். தெலுங்குப் பாடல்களையும் தமிழ்ப் பாடல்களையும் கலந்து பாடினார்கள். ஒருவர் கழுத்தில் மாட்டிய ஹார்மோனியத்தை வாசித்துக்கொண்டே ஆடினார். மற்றவர்கள் சப்ளாக் கட்டையை அடித்துக்கொண்டே ஆடினார்கள். ஒருவர் மட்டும் பெண்மையின் நளினத்தோடு அபிநயம் பிடித்து நடனமாடிக்கொண்டிருந்தார். தங்கவேல் அவரையே பார்த்துக்கொண்டிருந்தான். ஒரு கட்டத்தில் கூட்டத்தில் சிலரும் அந்தக் கோஷ்டியுடன் இணைந்து ஆடினார்கள் தங்கவேலும் எழுந்து நின்று ஆடினான். அபிநயம் பிடித்து நடனமாடிக்கொண்டிருந்தவருடன் இணைந்து அவனும் ஆடலானான்.

ஆடும்போது அவன் நடைமாறியது. உடல் அசைவுகளில் மாற்றம் ஏற்பட்டது. இரவில் புகும் பெண்மை அவனுள் புகுந்தது. அவனது நடன ஆட்டத்தைக் கண்டு மற்றவர்கள் ஆடாமல் ஒதுங்கினார்கள். அபிநயம் பிடித்து ஆடிக்கொண்டிருந்தவரும் அவனும் மட்டுமே ஆடினார்கள். ஒரு கட்டத்தில் அவனது வேகத்திற்கு இசைவாக ஆட முடியாமல் அவரும் ஆட்டத்தை நிறுத்தினார். தங்கவேல் பெண்ணாகவே மாறி ஆடிக்கொண்டிருந்தான். கண்ணனை அழைக்கும் பாவனை கண்ணனின் பிடியில் சிக்காமல் தத்தளிக்கும் பாவனை . . . கூட்டம் வியந்து பார்த்தது. திடீரென்று அருள் வந்த பாவனை அவனிடமிருந்து வெளிப்பட்டது. ஆந்திரக் கோஷ்டியும் கூட்டமும் பயபக்தியுடன் அவனைப் பார்த்தன. நின்ற நிலையில் அவன் உடல் ஆடிக்கொண்டிருந்தது. சற்று நேரத்தில் சரிந்து விழுந்தான். அவன் முகத்தில் தண்ணீர் தெளித்தார்கள். அவன் எழுந்து உட்கார்ந்து ராதாகிருஷ்ணனைப் பெண் பாவனையில் அபிநயித்து நமஸ்கரித்தான். ஆந்திரக் கோஷ்டியிலிருந்த ஒரு பெரியவர் தாம்பாளத்தைக் கொடுத்து அதிலிருந்த துளசி இலைகளை மற்றவர்களுக்குக் கொடுக்கச் சொன்னார். ஒரு சிறுமி காலில் விழுந்து ஆசிபெற்றது. ஒவ்வொரு ஞாயிற்றுக் கிழமைக் காலையிலும் நடனபூஜை என்ற நிகழ்ச்சியைப் புதிதாக ஆரம்பிப்பதாக முடிவுசெய்யப்பட்டது.

ஞாயிற்றுக்கிழமைக் காலை நடைபெறும் நடனபூஜையின் முக்கியஸ்தராகத் தங்கவேலு உருவானான். அருள் வந்து சரிந்து விழுந்தபின் துளசி இலைகள் வழங்கும் நிகழ்ச்சியும் தொடர்ந்தது. சில நாட்களில் அருள் வரும்போது, கூட்டத்திலிருந்த சிலர் குறிகேட்க அவனும் வாக்குச் சொல்ல ஆரம்பித்தான். அந்நேரத்தில் என்ன தோன்றுகிறதோ அதைச் சொல்ல ஆரம்பித்தான். தெய்வக் கடாட்சம் பெற்றவனாகத் தன்னை

மற்றவர்கள் நினைப்பதைப் பார்த்தபோது ஆரம்பத்தில் அவனுக்கு ஆச்சரியமாகவும் பெருமையாகவும் இருந்தது.

தனது பாவனைகள் மற்றவர்களை ஈர்க்கின்றன என்று தெரிந்ததால், அதில் நுட்பங்களையும் வசீகரங்களையும் கூட்டிக் கொண்டுபோனான். தனது வாக்கு பலிப்பதாகப் பலர் சொன்னதைக் கேட்டபோது முதலில் அவனுக்கு 'என்ன வேடிக்கை உலகமடா இது!' என்று தோன்றியது. நாளாக ஆக அந்தத் தெய்வமே தன்னிடம் இறங்கிவிட்டதாக நினைத்துக் கொண்டான். சூழ்நிலை அவ்வாறு கொஞ்சம் கொஞ்சமாக மாறிக்கொண்டிருந்தது.

மட்டாஞ்சேரி ஸ்ரீதரன் மேனன் பெரிய தொழிலதிபர். பல தொழில்கள் இருந்தபோதிலும் நகைக்கடைகளின் அதிபராகவே பொதுமக்களிடம் அவர் அறிமுகம் பெற்றிருந்தார். அவர் காரில் வந்துகொண்டிருந்தபோது, காரில் சிறு பழுது ஏற்பட்டதால், ராதாகிருஷ்ணன் கோயில் அருகே காரை நிறுத்தச் சொல்லி, டிரைவரைச் சரிபார்க்கச் சொல்லிவிட்டுக், கோயிலுக்குள் நுழைந்தார். அப்போது நடனபூஜை நடந்து கொண்டிருந்தது. தங்கவேல் பச்சைநிறச் சேலையைப் பஞ்சகஞ்ச மாகக் கட்டியிருந்தான்; பச்சை ரவிக்கை பிங்க் கலரில் மாராப்பு அணிந்திருந்தான். காதுகளில் கடுக்கன்கள். அவருக்கு அந்த நிகழ்ச்சி புதுமையாகவும் பிடித்தும் இருந்தது. அவரின் குடும்பத்துக்குள் பாகப் பிரிவினை ஏற்பட்டிருந்தது. புதிதாகப் பொதுமக்கள் தொடர்புடைய தொழில் ஒன்றைத் தனியாகத் தொடங்கி வெற்றிகரமாக நடத்த வேண்டும் என்று நினைத் திருந்தார். பாகப் பிரிவினையில் தனக்குக் கிடைத்த பங்கு குறித்துத் திருப்தியில்லாமலிருந்தார்.

அருள் வந்து தங்கவேல் ஆடிக்கொண்டிருந்தபோது, கூட்டத்திலிருந்து சிலர் வந்து வாக்குக் கேட்க அவன் சொல்லிக் கொண்டிருந்தான். மட்டாஞ்சேரி ஸ்ரீதரன் மேனன் அவரை நெருங்கி 'அம்மையே என்ன தொழில் தொடங்க?' என்று கேட்டார். அம்மை 'ஹோட்டல்' என்று சொன்னது. 'தங்கறது வேண்டாம்; சாப்பிடறது மட்டும்' என்று அம்மை மீண்டும் சொன்னது. பாத்திரத்திலிருந்து அம்மை துளசியை எடுத்து மேனனுக்கு வழங்கியது. அதில் ராதாகிருஷ்ணனின் சிறுசிலை இருந்தது. அவர் பயபக்தியோடு அம்மையை வணங்கி அதை ஜிப்பாவில் வைத்துக்கொண்டார்.

ஒரு மாதகாலத்திற்குள் எர்ணாகுளத்தில் அவர் தொடங்கிய 'அம்மை பவன்' பெரிய வரவேற்பைப் பெற்றுப் பின்னர் கேரளா முழுவதும் அனைத்து முக்கிய நகரங்களிலும் கிளைகள்

தொடங்கப்பட்டு, வெற்றிகரமாக நடந்துகொண்டிருக்கிறது. வெளிநாடுகளிலும் கிளைகள் தொடங்கப்பட்டுவிட்டன. அம்மையின் புகழ் பரவிப் பணக்காரர்கள் பலர் அம்மையின் பக்தர்களாக வர ஆரம்பித்தனர். மட்டாஞ்சேரி ஸ்ரீதரன் மேனன் கோயிலுக்குப் பெரும் புரவலராக மாறினார். அம்மையின் முதன்மையான பக்தரானார். கோயிலுக்குப் பக்கத்திலிருந்த காலி இடங்கள் வாங்கப்பட்டன. பக்தர்கள் கூட்டம் பெருக ஆரம்பித்தது. அம்மை தங்குவதற்குப் பங்களா கட்டப்பட்டது. கோயிலுக்கு வருவதற்குக் கார் வாங்கப்பட்டது. காலப்போக்கில் பல ஊழியர்கள் பணிபுரியும் நிறுவனமாகக் கோயில் மாறியது. அதைச் சார்ந்த துணை அமைப்புகளாகக் கல்லூரியும் மருத்துவ மனையும் உருவாயின.

அம்மை சிறப்புத் தரிசனத்தை முடித்துவிட்டு, வெளியே வந்து காரில் ஏறினார். பாதுகாவலர்கள் அவருடன் சென்றார்கள். பங்களாவை அடைந்ததும், பாதுகாவலர்கள் வெளியே நின்றுகொண்டார்கள். அவர் அறைக்குள் சென்று ஆடைகளைக் களைந்து வேட்டியை உடுத்திக்கொண்டார். கடுமையான பசியில் இருந்தார். அவருக்குப் பிடித்த உணவு மட்டன். கொலஸ்ட்ராலுக்குப் பயந்து அவர் அதிகம் மட்டன் சாப்பிடுவதில்லை. என்றாவது ஒரு நாள் ஆசைக்குச் சாப்பிடுவார். இன்று அந்த நாள். ருசித்துச் சாப்பிட்டார். வழக்கத்தைவிட அதிகமாகச் சாப்பிட்டார். சாப்பிட்டுவிட்டு அறைக்குள் சென்றார். அங்கு மட்டாஞ்சேரி ஸ்ரீதரன் மேனனின் படம் சுவரில் மாட்டப்பட்டிருந்தது. அம்மை தோளில் போட்டிருந்த துண்டை எடுத்து இடுப்பில் கட்டினார். நமஸ்காரம் செய்து அந்தப் படத்தின் முன் விழுந்து வணங்கினார். உள் அறைக்குச் சென்று மேஜை டிராயரைத் திறந்து, அங்கிருந்த சிகரெட் பாக்கெட்டிலிருந்து ஒரு சிகரெட்டை எடுத்துப் பற்றவைத்துக் கொண்டு, படுக்கையில் சாய்ந்து படுத்துப் புகையை ஊதினார். அவருக்குக் கால்கள் வலித்தன.

காலச்சுவடு, மே 2012

உறையிட்ட கத்தி

நான் ஒரு உறையிட்ட கத்தியை இடுப்பில் செருகி மறைத்து வைத்திருக்கிறேன். மருமகள் வீட்டிலிருந்து சாப்பாடு வருகிறது. எங்கள் குடும்பம் உருக்குலைந்து போய்விட்டது.

நான் முதலிலேயே மேகலாவிடம் கூறினேன். அந்தப் பையன் சரியில்லை. அவன், அப்பன் ஓச்சாத்தேவர் வம்பு தும்புக்குப் போகிற ஆள். ஊருக்குள்ளே நல்ல பெயர் கிடையாது. அவர் மகன் எப்படியிருப்பான்; வேண்டாம் என்று சொன்னால் அந்த முண்டை கேட்டால்தானே. தாயில்லாத பிள்ளை தறிகெட்டுப் போகும் என்பது சரியாகிவிட்டது. என் மருமகளிடம் தான் அவள் முதலில் சொல்லியிருக்கிறாள். என் மருமகள் செவத்தாள் தயங்கித் தயங்கிச் சொன்னாள். நில புலன் நிறைய இருப்பது எனக்குத் தெரியும். பையன் டிராக்டர் ஓட்டிக்கொண்டு போகும்போது பார்த்திருக்கிறேன். ஆள் வாட்டசாட்டமாக இருப்பான். தலைமுடியை உச்சி எடுக்காமல் பின்னால் தூக்கிச் சீவியிருப்பான். அவன் அப்பன் போலீஸை அடிச்சு ஜெயிலுக்குப் போனவன். அடிதடிக்கு அஞ்சாதவன். எனக்கு யோசனையா இருந்தது. செவத்தாள்கிட்டே சொன்னேன். “அந்த குடும்பம் நமக்கு லாயக்கப்பட்டு வராது. உள்ளே போனா மாட்டிக்கிடு வோம். இந்தச் சம்பந்தம் நடக்காதுன்னு அந்த முண்டே கிட்டே சொல்”னு சொல்லிட்டேன். இந்த முண்டைக்குச் செவத்தாள் உடந்தை.

நான் பெரும்பாலும் என் வீட்டுத் திண்ணைகளில் தான் இருப்பேன். விசாலமான திண்ணைகள். இரண்டு திண்ணைகளிலும் மூங்கில் தப்பை அடித்திருக்கும்.

ஒரு திண்ணையில் படுக்கை. இன்னொரு திண்ணையில் ஈஸி சேர், நாற்காலிகள் கிடக்கும். படுக்கும் திண்ணையில் மூங்கில் தப்பையில் திரை போட்டு மறைத்திருப்பேன். தேவைப் படும்போது திரையை விலக்கிக்கொள்வேன். ஹாலில் உள்ள மர பீரோவிலும் ஒரு பெட்டியிலும் என் ஆடைகள், மற்ற பொருட்களை வைத்திருப்பேன். உள்ளறைகளுக்குச் சென்று பல காலமாகிவிட்டது. இரண்டாம் நாள், செவத்தாள் நிலைப் படியருகே நின்று கூறினாள்.

“மாமா, மேகலா சோறு, தண்ணியில்லாம கிடக்கா.”

“ஏன், உடம்புக்கு என்ன?”

“உடம்புக்கு நல்லாத்தான் இருக்கு. மனசு சரியில்லாம கிடக்கா . . .”

“என்ன மெரட்றாளா” என்று கோபத்துடன் திண்ணை யிலிருந்து இறங்கி உள்ளறைக்குச் சென்றேன்.

“வேண்டாம் மாமா” என்று கூவியபடி என் உடவே செவத்தாளும் வந்தாள். உள்ளறையில் நுழைந்தேன். மேகலா வெறும் தரையில் தலையணையைத் தலைக்கு வைத்து சுவரோரமாக சுருண்டு படுத்திருந்தாள்.

“எந்திருடி முண்டே” என்று காலால் அவளை எத்திய அதேகணத்தில் என் மனைவி காவேரியுடனும் குழந்தைகளுட னும் எடுத்துக்கொண்ட சுவரில் மாட்டப்பட்டிருந்த புகைப் படம் என் கண்களில் பட்டது. மேகலா, திடுக்கிட்டு எழுந்து, உட்கார்ந்த நிலையில், கைகளைத் தூக்கிக்கொண்டு “அப்பா . . . வேண்டாம் . . .” என்று கதறினாள். நான் திகைத்து நின்றேன். அந்தக் கணத்தில், காலத்தின் பின் நகர்ந்து, காவேரி இருந்து கொண்டிருக்கும் வீட்டில் இருந்துகொண்டிருப்பது போலவும் காவேரி வந்து என்னை இழுத்துக்கொண்டு சென்றுவிடுவாள் போலவும் தோன்றியது.

நான் உள்ளறையிலிருந்து வெளியே வந்து, சுவர் ஆணியில் மாட்டியிருந்த சட்டையை எடுத்து அணிந்துகொண்டு, திண்ணையின் கீழ்க் கிடந்த செருப்பைப் போட்டுக்கொண்டு நின்றேன். என் மனம் அடைத்தாற்போலிருந்தது. பேச்சு வரவில்லை. செவத்தாளைப் பார்த்துச் சைகையில் தண்ணீர் கேட்டேன். அவள் கொண்டுவந்த செம்புத் தண்ணீரைக் குடித்து விட்டு வெளியே நடந்தேன்.

நேரே, கண்மாய்க்கரையில் பெரிய ஆலமரத்தின்கீழ் இருக்கும் அய்யனார் கோயிலுக்குச் செல்ல வேண்டும் என்ற உணர்வு ஏற்பட்டது. அங்கு சென்றபோது, வெளிக்கி இருக்க வேண்டும் என்ற உணர்வு ஏற்பட்டது. வெளிக்கி இருந்துவிட்டு, அய்யனார் கோயிலுக்கு வந்து உட்கார்ந்தேன். காற்று வீசுவது சுகமாக இருந்தது. படுத்தேன். தூக்கம் அமுக்கியது. தூங்கி விட்டேன்.

தூங்கி எழுந்ததும் மனம் தெளிவடைந்தது போலிருந்தது. “ரெண்டும் ஓடிப்போய்க் கலியாணம் பண்ணிக்கிட்டா என்ன செய்யறது? கண்ணீரும், கம்பலையுமா இவளைக் கொண்டுபோய் இன்னொருத்தனுக்குக் கட்டிக்கொடுத்தா அது சரியா வருமா? விதிப்படி நடக்கட்டும்” என்று தோன்றியது.

ஒரே சாதி சனம் என்பதால் பிரச்சினை ஏதும் இல்லை. ஊர்ப் பெருசுகளை வைத்து எல்லாம் பேசி முடித்தாகி விட்டது. ஒச்சாத்தேவருக்கு எங்கள்கூட சம்பந்தம் பண்றதிலே பெருமை. என் மகன் சந்திரன்தான் ஓடியாடி கல்யாண வேலை எல்லா வற்றையும் பார்த்தான். பி.எட்., படிக்க வைத்தேன். ஸ்கூலில் வாத்தியார் வேலை. அவர்கள் கேட்டதெல்லாம் வாங்கிக் கொடுத்துத் திருப்தியாக முடித்தாகிவிட்டது.

இரண்டு மாதங்கள் எல்லாம் சரியாகத்தான் சென்றது. மூன்றாவது மாதம் ஒருநாள் மதியம் சாப்பிட்டு முடித்து செம்பில் தண்ணீர் வாங்கிக் குடித்தபோது செவத்தாள் சொன்னாள். “மாப்பிள்ளே, அம்மா பேச்சை கேட்டுக்கிட்டு மேகலாவை மட்டமா நடத்தறாராம்.” நான் சொன்னேன். “எல்லாம் போகப் போகச் சரியாப் போயிரும். புது எடத்துக்குப் போனா நம்ம இஷ்டத்துக்கு எல்லாம் நடக்காது.” ஒரு நாள் வீட்டிற்கு வந்த மேகலா, மாப்பிள்ளை வீட்டிற்குப் போவதைத் தள்ளிக் கொடுத்துக்கொண்டேயிருந்தாள். கேட்டால், “அவரு அம்மா பேச்சைத்தான் கேக்கிறாரு. என்னை மதிக்கிறதில்லை” என்றாள். மகன் சந்திரன், மேகலாவை அழைத்துக்கொண்டு பக்கத்து ஊரில் இருக்கும் அவர்கள் வீட்டிற்குக் கொண்டு சென்று விட்டு வந்தான். செவத்தாளும் கூடச் சென்றாள்.

சந்திரன் என்னிடம் அதிகம் பேசமாட்டான். செவத்தாள் எட்டாவது படித்திருந்தாலும் சூட்டிகையான பெண். “அங்க சூழ்நிலை சரியா இருக்கறமாதிரி தெரியலை... மாமாய்” என்றாள். எனக்குக் கவலை ஏற்பட்டது. மேகலா அவனிடம் ஏமாந்துவிட்டாள் என்று தோன்றியது. “இங்க உங்க மகன்

டீஸண்டு; நீங்களும் டீஸண்டு... அங்க எல்லாம் போக்கிரித் தனமா இருக்கு. ஒருத்தரும் சரியா பேசலை. மாப்பிள்ளை 'வாங்க... பேசிக்கிட்டிருங்க... சித்த வந்துருவேன்னு' சொல்லிட்டுப் போனவரு நாங்க கிளம்பற வரைக்கும் வரலை. புகுந்த வீட்டுக்கு வந்துட்டு பிறந்த வீட்டு பவுசை நெனைச்சுக் கிட்டேயிருந்தா... எப்படின்னு அவ மாமியாக்காரி கேட்டா. அதுக்கு நான் சொன்னேன். 'சின்னச்சிறுசு போகப் போகப் பக்குவம் வந்துரும்' அப்படின்னேன். 'ஆமா... சிறுசு. வாய் மட்டும் நீளம்' அப்படிங்கிறாள்.

"நான் சமாதானம் சொல்லிட்டு வந்தேன்" என்றாள், செவத்தாள்.

"நீயும்தானே சொன்னே... இப்ப மாட்டிக்கிட்டோம் போலேயிருக்கே."

"நான் என்ன மாமா செய்யறது. அவ புத்திசாலித்தனமா முடிவெடுத்திருப்பான்னு நெனைச்சேன். தாயில்லாப் புள்ளே... ஏதாவது விபரீதமா நடந்தா என்னைத்தானே எல்லாரும் குறைசொல்லுவாங்க... நடக்கப் போறதைப் பாருங்க" என்றாள் செவத்தாள். நான் பொறுத்துப் பார்ப்போம் என்று நினைத்தேன்.

ஒருநாள் மத்தியானம். திண்ணையில் படுத்திருந்தேன். எங்கள் சின்னாத்தா பேரன் நல்லுச்சாமி ஓடிவந்து "மேகலாவை ஆஸ்பத்தரியிலே சேத்திருக்கு, வீட்டுக்குள்ளே ஏதோ தகராறு" என்றான். நான் உள்ளறைக்குச் சென்று வீச்சரிவாளை எடுத்துக் கொண்டு 'இன்னைக்கோடு அவனுக தொலைஞ்சாங்க... அவன் இருந்தாலும் எம் மக விதவை மாதிரிதானே இருக்கணும். அவன் செத்துப்போயி விதவையா இருக்கட்டும்னு' கிளம்பினேன். செவத்தாள் தடுத்தாள். "கூடக் கொஞ்சம் பிரச்சினையைக் கிளப்பப் போறீங்களா... என்னன்னு பார்ப்போம். அப்புறம் வைச்சுக்குவோம்" என்றாள்.

நான் அவளுக்குத் தெரியாமல் மர பீரோவைத் திறந்து உறையிட்ட பிச்சுவாவை இடுப்பில் செருகிக்கொண்டேன். சந்திரனுக்குத் தகவல் சொல்லுமாறு நல்லுச்சாமியிடம் சொல்லி விட்டு ஆஸ்பத்திரிக்குச் சென்றோம். ஆஸ்பத்திரிக்குள் நுழையும் போதே சந்திரனும் நல்லுச்சாமியும் மோட்டார் சைக்களில் வந்துவிட்டார்கள். கூட ஒரு நாதி இல்லை. என் சின்னாத்தா மட்டும் தலைமாட்டிலே உட்கார்ந்திருந்தாள்.

மேகலாவிற்குப் பல் உடைந்து, கன்னம் வீங்கியிருந்தது. உதடும் வீங்கியிருந்தது. ரத்தக்கசிவு இருந்தது. இடது கை எலும்பு முறிவுக்கு மாவுக்கட்டு போட்டிருந்தார்கள். அவளால் பேச முடியவில்லை.

எங்கள் எல்லோருக்கும் கொந்தளிப்பாக இருந்தது. சாதுவான சந்திரன்தான் ரொம்ப கொந்தளித்துக்கொண்டிருந்தான். “தட்டிக் கேட்கணும் . . . சும்மா விடக் கூடாது” என்று கத்திக்கொண்டிருந்தான். நல்லுச்சாமியைக் கூட்டிக் கொண்டு அவர்கள் வீட்டிற்குச்சென்று நியாயம் கேட்பதாகக் கூறினான். அவன் கத்திக்கொண்டிருந்ததால் நான் நிதானமாக இருந்தேன். அவர்கள் இருவரும் செல்லத் தயாராக இருந்த போது, நல்லுச்சாமியைத் தனியாகக் கூப்பிட்டு பிச்சுவாவைக் கொடுத்து இடுப்பில் வைத்துக்கொள்ளுமாறு கூறினேன். “தைரியத்துக்காக இதை வைச்சுக்கோ. எதுக்கும் இருக்கட்டும். சண்டியர்த்தனம் பண்றேன்னு வெளியே எடுக்காதே. பாது காப்புக்கு வைச்சுக்கோ” என்றேன்.

நீண்ட நேரம் ஆகியும் அவர்கள் வரவில்லை. எனக்கு உள்ளம் பதைக்க ஆரம்பித்தது. செவத்தாள் புலம்ப ஆரம்பித் தாள். ஏதோ அசம்பாவிதம் நடந்துவிட்டது என்று உள்ளுணர்வு கூறியது. இரண்டு போலீஸ்காரர்கள் வந்தார்கள். கூட எங்கள் உறவுக்காரப் பையன் ஒருத்தனும் வந்தான். அவன் “அய்யா . . . சந்திரனைக் கொலை பண்ணிட்டாங்கய்யா . . .” என்று அலறி னான். நின்று கொண்டிருந்த நான் நாற்காலியில் உட்கார்ந்தேன். நெஞ்சடைப்பதைப் போலிருந்தது. அடக்க முடியாமல் அழுதேன். செவத்தாள் பெருங்குரலெடுத்து கதறினாள். மேகலா படுக்கையிலிருந்த இறங்கிச் செவத்தாளைக் கட்டிக்கொண்டு அழுதாள்.

உறவுக்காரர்கள் சேர்ந்துவிட்டார்கள். எல்லோரும் கோபமாகப் பேசிக் கொந்தளித்துக் கொண்டிருந்தார்கள். சடலத்தை அரசாங்க ஆஸ்பத்திரியில் வைத்திருப்பதாகவும் நல்லுச்சாமிக்கு இடதுகையில் வெட்டுக்காயம் என்றும் அவன் கையில் பிச்சுவா வைத்திருந்ததால் பிழைத்துக்கொண்டான் என்றும் சொன்னார்கள். ஒச்சாத்தேவர், அவர் மகன் ராஜேந்திரன் இன்னும் இரண்டு பேரை போலீஸார் கைது செய்துவிட்டதாகவும் தெரிவித்தார்கள். வெளியே இருந்தால் பாதுகாப்பில்லை என்று அவர்கள் வலியக்க போலீஸில் தங்களை ஒப்படைத்துக்கொண்டதாக ஒருத்தன் சொல்லிக் கொண்டிருந்தான். உறவுக்காரப் பெண்கள், மேகலாவைத்

திட்டிக்கொண்டிருந்தனர். அவளால்தான் நன்றாக இருந்த குடும்பம் இந்தக் கதிக்கு உள்ளாகிவிட்டது என்று ஏசினார்கள். செவத்தாள் பெருங்குரலில் புலம்பி அழுதுகொண்டேயிருந்தாள். இரண்டு தடவை மயக்கநிலைக்குச் சென்று, மீண்டும் எழுந்து கதறிக்கொண்டிருந்தாள்.

தாலியைக் கழட்டும் நிகழ்வின்போது அவள் விடாமல் தாலியைக் கையில் பிடித்துக்கொண்டு சாமி வந்தவள் போல் ஆடினாள். "முடியாது. அந்த ஒச்சாத்தேவரைக் கொன்னாத் தான் நான் தாலியை எடுப்பேன். ஏண்டா தம்பிமார்களே கேட்டுக்குங்க... பாஞ்சாலி கூந்தலை முடிஞ்ச மாதிரி அப்பத் தான் நான் தாலியை எடுப்பேன்" என்று பிடிவாதமாக இருந்துவிட்டாள். கிழவிகளும் உரித்தான பெண்களும் எவ்வளவோ சொல்லியும் அவள் மறுத்துவிட்டதால், சரி; இன்னொரு நாளைக்கு அவளைச் சமாதானப்படுத்திக்கலாம் என்று விட்டுவிட்டார்கள். அவள் தம்பிமார்கள் அப்பவே கத்தியைத் தூக்க ஆரம்பித்து, பெரியவர்கள் சமாதானப்படுத்திச் சடலத்தைச் சுடுகாட்டுக்குக் கொண்டு சென்று எரித்தாகிவிட்டது.

என் மனம் என்னிடம் இல்லை. எப்போதும் எதையோ வெறித்துப் பார்த்துக்கொண்டிருந்தேன். பேச்சு குறைந்துவிட்டது. மகன் இறந்த பத்தாவது நாள், கருமாதிக்கு முன்னால், தலையாரி ஓடிவந்து "அய்யா நம் மேகலாம்மா கிணத்துலே விழுந்து கிடந்தாங்க... வெளியே எடுத்துட்டோம். உயிரில்லை. போலீசுக்குச் சொல்லியிருக்கோம்" என்றான். எனக்கு இருந்த இடமே தலைகீழாகச் சுற்றுவது போலிருந்தது பிறகு என்னை இழந்தேன்.

விழித்துப் பார்த்தபோது, சுற்றிலும் ஆட்கள் இருந்தனர். மனைவி ஏற்கனவே இறந்துவிட்டாள். மகன் கொலை செய்யப் பட்டான். மகள் தற்கொலை பண்ணிக்கிட்டாள். அவள் எடுத்த ஒரு முடிவாலே மொத்தக் குடும்பமும் நாசமாய்ப் போய் விட்டது. எப்படிக் கீர்த்தியாக இருந்த பரம்பரை. எனக்கு வாழ்வின் இருப்பு பயத்தைத் தந்தது.

எங்கள் தாத்தா பெரியகாவல் சண்முகத்தேவர் பரம்பரை முடிந்து போய்விட்டது என்று நினைத்துக்கொண்டிருக்கை யில், செவத்தாள் மாசமாக இருப்பதாகத் தகவல் வந்தது, இருட்டிலே உட்கார்ந்திருந்த எனக்கு வெளிச்சம் கிடைத்தது போலிருந்தது. செவத்தாள் கழுத்திலே தாலி தொங்கிக்கொண்டு தான் இருந்தது.

அவர்கள் ஜெயிலில் இருந்து ஜாமீனில் வெளிவந்துவிட்ட தாகத் தகவல் கிடைத்ததும் எனக்குப் பதற்றமும் ஆத்திரமும் ஏற்பட்டது. யாராவது அவர்களைக் கொலை செய்துவிட்டு அந்தத் தகவலை யாராவது வந்து சொல்லமாட்டார்களா என்று இருந்தது.

இப்போது கொலை செய்ய வேண்டியது எங்கள் முறை. அதனாலே அவர்கள்தான் பயப்படணும். இருந்தாலும் பாது காப்புக்காகக் கத்தியை இடுப்பிலேதான் வைத்திருக்கிறேன். நான் தனியாகவே கண்மாய்க்கரை அய்யனார் கோயிலில் மதியம் சாப்பாட்டு நேரம் தாண்டியும் உட்கார்ந்திருந்தேன்.

கண்மாய்க்கரையில் காவேரி நடந்து வருவது போலிருந்தது. இடுப்பில் மேகலாவை வைத்துக்கொண்டு, சந்திரனைக் கையில் பிடித்துக்கொண்டு வந்துகொண்டிருக்கிறாள். காவேரி சிவப்புக் கலரில் கருப்புக்கட்டம் போட்ட சேலை கட்டியிருக்கிறாள். சந்திரன் வெள்ளைச் சொக்காய் டிரவுசர் போட்டிருக்கிறான். மேகலா கவுன் போட்டிருக்கிறாள். நெருங்கி வந்தவள் திடீரென்று மீண்டும் தூரத்திற்குப் போய் அங்கிருந்து மீண்டும் நெருங்கிவந்து, மீண்டும் தூரத்திற்குப் போகிறாள். நல்லுச்சாமி ஓடிவருகிறான். ஆடைகள் நனைந்து அவன் உடலுடன் ஒட்டி யிருந்தன. "அண்ணே... செவத்தாளோட ரெண்டாவது தம்பி, அந்த ஒச்சாத்தேவரையும், ராஜேந்திரனையும் போட்டுத் தள்ளிவிட்டான்னே" என்கிறான் சந்தோஷமாக. ஆகப்பெரிய சந்தோஷம் என்னை ஆட்கொள்கிறது. மழையினூடே காவேரியும் நல்லுச்சாமியும் மறைகிறார்கள்.

மழை நின்றுவிட்டது. நான் வீட்டிற்குத் திரும்பினேன். திண்ணையில் நாற்காலியில் உட்கார்ந்திருந்தேன். செவத்தாள் வழக்கமாக நின்று பேசும் நிலைப்படியருகே நின்று பேசுவதற்குத் தயார் பண்ணிக்கொண்டிருப்பதுபோல் இருந்தது. அவள் கழுத்தில் தாலி தொங்கிக்கொண்டிருந்தது. "என்ன புள்ளே" என்றேன். "நாளைக்கி உறவுக்காரங்களையெல்லாம் வரச் சொல்லுங்க... தாலியை எடுத்துப் பால் சொம்பிலே போட்ர லாம்... அவுங்க எல்லாம் ஜாமீன்ல. வந்துட்டதா சொல்றாங்க... அவர் செத்ததுக்குப் பின்னாடிதான் நான் உண்டாயிருந்தது. தெரிஞ்சது... அவர் வாரிசு என் வயத்துலே இருக்கு, நல்ல படியா வெளியே வந்து வாழட்டும்..." என்றாள். அவள் எட்டாவது வரைதான் படித்திருக்கிறாள். ஆனால் விவேகி. எனக்குத்தான் ஏமாற்றமாக இருந்தது. அவள் சொன்னபடியே உறவுக்காரங்களை வரச்சொல்லி தாலியை எடுத்தாகிவிட்டது.

என் மகனைக் கொன்றவர்களுக்கு நல்ல சாவு கிடையாது. விபத்திலேதான் செத்துப் போவார்கள் என்று மனதார நம்பினேன். ஆனால் என்ன நடந்தது தெரியுமா? செவத்தாள் தான் விபத்திலே மாட்டி வயிற்றிலே குழந்தையோடு இறந்து போனாள்.

நான் சாதாரணமாக வீட்டில் இருக்கும் போதும், வெளியே செல்லும் போதும் தூங்கும் போதுகூட ஒரு உறையிட்ட கத்தியை இடுப்பில் வைத்திருக்கிறேன். குளிக்கும்போது கூட என் கைக்கு எட்டும் தூரத்தில்தான் கத்தியை வைத்திருப்பேன். கத்தியை என்னிடமிருந்து பிடுங்கிவிட்டால் நான் தைரியமிழந்து இறந்துவிடுவேன் அல்லது பைத்தியமாகிவிடுவேன் என்று தோன்றுகிறது. எனக்கு சாப்பாடு மருமகள் வீட்டிலிருந்து வருகிறது.

குமுதம் தீராநதி, **ஜனவரி 2012**

மூன்று பெண்கள்

அமிர்தவர்ஷிணி குளித்துக்கொண்டிருக்கிறாள். நான் வெளியே கிளம்புவதற்குத் தயாராகி இருந்தேன். அவள் குளித்து உடை தரித்து வந்தபின் கிளம்ப வேண்டியது தான். வாசலில் வாடகைக் கார் வந்து நிற்கிறது. எப்போதும் கிளம்புவதற்கு உத்தேசிக்கப்பட்ட நேரத்திற்கு அரை மணிநேரம் கழித்தே தயாராவது அமிர்தாவின் வழக்கம்.

எனக்குக் கடவுள் நம்பிக்கை கிடையாது. பூணூல் அணிவதில்லை. தமிழ்நாட்டிலுள்ள பெரும்பாலான கோயில்களுக்கு நான் சென்றிருக்கிறேன். கொடைக்கானல், நீலகிரி போன்ற இடங்களின் சீதோஷ்ண நிலை இதமாக இருந்தபோதிலும் மரம், செடிகொடிகள் நிறைந்த சூழலில் இயல்பாகவே எனக்கு ஈர்ப்பு இருந்ததில்லை. ஆனால் கோயில்கள்; அதன் பிரம்மாண்டமும் உயரமும் பிராகாரத்தின் அகலமும் தூண்களும் குறிப்பாகக் காலைத்தூக்கி வாயைத் திறந்து நிற்கும் யாளி ஆகியவற்றில்தான் மனம் கிறுக்குப் பிடித்து அலைகிறது. திருச்சியில் ஒரே நாளில் ஸ்ரீரங்கம் கோயிலைக் காலையிலும் திருவானைக்காவல் கோயிலை மாலையிலும் பார்த்தோம். ஸ்ரீரங்கம் கோயிலில் அரங்கநாதர் படுத்திருந்தார். கண்களில் வெள்ளி பதித்திருந்தது. அர்ச்சகர்கள் சேவிக்கிறவர்களைக் கூட்டத்தைக் குறைப்பதற்காக – அனுப்பிவைப்பதிலேயே குறியாக இருந்தார்கள். "பெருமாளை ரொம்ப நேரமாகப் பார்க்கா திங்கோ பயந்துராதிங்கோ" என்று அர்ச்சகர்களில் ஒருவர் கூறிக்கொண்டிருந்தார். அவர் அவ்வாறு கூறியது எனக்குப் பிடிக்கவில்லை. தெய்வத்தைப் பூச்சாண்டியாக ஆக்குவது மாதிரி எனக்குப் பட்டது. மேலும் நின்று நிதானித்துப் பார்க்கவும் விடுவதில்லை. அன்று மாலை பார்த்த திருவானைக்காவல் ஜம்புகேஸ்வரர் ஆலயம் எனக்கு

பிரம்மாண்டமாகத் தெரிந்தது. கூட்டம் குறைவாக இருந்ததினால் ஏற்பட்ட வெற்றிடம் அந்தப் பிரம்மாண்டத்தை உருவாக்கியதா என்று தெரியவில்லை. ஆனால் பிரம்மாண்டத்தை உணர்ந்தேன். ஒரு மண்டபத்தில் கூட்டமாகச் சிலர் அமர்ந்து தேவாரம் பாடிக்கொண்டிருந்தார்கள். கோயிலிலிருந்த அகிலாண்டேஸ்வரியைப் பார்த்ததும் எனக்கு மனம் கலங்கிவிட்டது. என்ன ஒரு கம்பீரம். எடுப்பான சிலை. எடுப்பான மார்பகங்கள். இந்த சிருஷ்டியை எவனாவது பார்த்திருப்பானா? வந்து எப்போதும் கும்பிட்டுவிட்டுச் செல்கிறார்கள். எனக்குப் பார்த்துக்கொண்டிருக்கும்போதே மனம் பொங்கி, மூச்சு இரைத்து, கண்களில் ஜலம் வந்தது. இப்படியான ஒரு சிருஷ்டி உலகத்தை ஆளும் அகிலாண்டேஸ்வரியாக இருப்பதில் என்ன அதிசயம். ஆனால் அறிவு எல்லாவற்றையும் பதம் பார்த்துக்கொண்டிருக்கிறது. உணர்ச்சிகளுக்கு எதிரான கூர்மையைத்தானே அந்தக் கத்தி கொண்டுள்ளது. உன்னிலிருக்கும் கண்ணைக் கொண்டுதானே அதை சிருஷ்டியாகப் பார்க்கிறாய்; தன்னிலிருக்கும் பக்தியைக் கொண்டுதானே அதைத் தெய்வமாகப் பார்க்கிறார்கள். தன்னளவில் அது சிலைதானே என்கிறது அறிவு.

என்னுடைய தெய்வநிந்தனை அப்பாவைப் போல் என்னை ஆக்கிவிடுமோ என்று பயந்த அம்மா, என்னைக் கோயில் கோயிலாகக் கூட்டிச்சென்றாள். அவள் கூட்டிச் சென்ற கோயில்களெல்லாம் கூட்டம் கூட்டமாக, மந்தை மந்தையாக ஜனங்கள் கும்பிட்டுவிட்டுச் செல்லும் இடங்களாக இருந்தன. எனக்கு அதில் லயிப்பும் ஏற்படவில்லை. கூட்டத்தில் இடி படாமல் வருவதே என் அக்கறையாக இருந்தது. பக்தியும் வரவில்லை. ‘உன் அப்பாவின் இரத்தம் உன் உடலில் ஓடறது’ என்பாள் அம்மா. ‘அவர் அம்மாவோட தாத்தா ஒருத்தர் கோட்டியா அலைஞ்சுண்டு இறந்தாராமே ... அந்த இரத்தம்லா ஓடறது’ என்பாள் அம்மா.

கோயில் எனக்குப் பிடித்ததற்கு இன்னொரு காரணம் கோயிலுக்கு வரும் பெண்கள். திருமண வீட்டிலும் கோயிலிலும் தான் பெண்கள் அழகாகத் தெரிகிறார்கள். பீச்சிலும் ஹோட்டல்களிலும் மற்ற நிகழ்ச்சிகளிலும் தெரியும் பெண்களுக்கு இல்லாத சோபை அதே பெண்களுக்குத் திருமண வீட்டிலும் கோயிலிலும் வருவது எப்படி என்ற விந்தைதான் புதிராக நிற்கிறது. கோயிலுக்கு வரும் பெண்களின் மூக்கு நுனி சிவந்திருக்கும். முகத்தில் ஒரு சுடர் எரியும்.

என் 40ஆவது வயதில் அமிர்தவர்ஷிணியைத் திருமணம் செய்தேன். அவளுக்கு அப்போது வயது 35. இப்போது எனக்கு

50 வயதாகிறது. அவளுக்கு 45 வயதாகிறது. அன்று அம்மா இறந்ததை அப்பாவிற்குச் சொல்லலாம் என்றால் அவரைக் கண்டுபிடிக்கவே முடியவில்லை. எந்த ஊரில் எவளுடன் படுத்திருந்து எங்கே போதையில் விழுந்து கிடந்தாரோ தெரியவில்லை. இரண்டு மாதம் கழித்து ஒருநாள் இரவு 11 மணியிருக்கும். கதவு தட்டப்படும் சத்தம் கேட்டுத் திறந்தால் அப்பா நின்றுகொண்டிருந்தார். பரட்டைத்தலை. அழுக்கு ஜிப்பா. 'என்ன?' என்றேன் அதட்டலாக. நான் நெகிழ்வாகப் பேசினால் அவர் பூதமாக உருவெடுத்துவிடுவார். அம்மாவைக் கேவலமாகத் திட்டுவார். 'கஸ்தூரி இறந்துட்டான்னு கேள்விப் பட்டேன்' என்றார். நான் அவரை வீட்டிற்குள் அழைக்க வில்லை. இங்கே வந்து இருந்துகொண்டால் அவரை யார் சமாளிப்பது. 'அதற்கென்ன' என்றேன். 'துக்கம் விசாரிக்க வேண்டாமா?' என்றார். 'அதான் விசாரித்தாகிவிட்டதே' என்றேன். அவர் ஒன்றும் பேசவில்லை. வலக்கை கட்டை விரலை ஆட்காட்டி விரலில் சுண்டி காசு வேண்டும் என்ற பாவனையில் கேட்டார். அந்நிலையில் அவர் எனக்குப் பரிதாபமாகக் காட்சியளித்தார். என் மனம் நெகிழ்ந்தது. மேசையில் கிடந்த பர்ஸை எடுத்து வந்து பணம் கொடுத்தேன். அவர் உள்ளே வர எத்தனிக்காமல் வாசலிலேயே நின்று கொண்டிருந்தார். பணத்தைக் கையில் வாங்கியதும் அவர் முகம் மிடுக்காக மாறியது. என்னை ஒரு பார்வை பார்த்தார். பரிதாபக் களை மாறியது. ஒன்றும் பேசாமல் திரும்பி நடந்தார்.

அம்மா நோய்வாய்ப்பட்டிருந்தபோது, அதைக் கேள்விப் பட்டு, அப்பா வந்துவிடக் கூடாது என்று கண்ட கடவுளை யெல்லாம் அம்மா பிரார்த்தனை செய்துகொண்டிருந்தாள். நல்லவேளையாக அப்பா வரவில்லை. எனக்கு நல்ல உத்தி யோகம் இருந்தது. ஆனால் எனக்குத் திருமணத்தை எடுத்துச் செய்ய சரியான ஆட்கள் இல்லை. ஒரு மாமா பெங்களூரு விலும் இன்னொரு மாமா திருவனந்தபுரத்திலும் இருந்தார்கள். அம்மா இறந்ததற்கு வந்து, எனக்கு உபதேசம் பண்ணிவிட்டு, அப்பாவைத் திட்டிவிட்டுச் சென்றவர்கள்தான். அடுத்து பெங்களூரு மாமா மட்டும் என் திருமணத்திற்கு வந்து 'உன் அப்பா நல்லா இருந்திருந்தா, உனக்கு எப்பவோ நல்ல எடத்துலே கல்யாணம் நடந்திருக்கும்' என்று வருத்தப்பட்டு வாழ்த்தி விட்டுச் சென்றார்.

அப்பாவிடமும் திருமணம் நடக்க இருப்பதைச் சொன்னேன். அவர் கேள்விப்பட்டு வந்துவிடக் கூடாது என்ற எண்ணத்தில் அவரைக் கண்டுபிடித்தேன். அவர் பாம்பே அல்வாக்கடைக்கு அடுத்துப் பூட்டியிருந்த ஒரு கடை வாசற்படி

யில் அமர்ந்திருந்தார். அன்று ஞாயிற்றுக்கிழமை. அல்வாக் கடைக்கு முன்பு அல்வா தின்றுவிட்டுப் போட்ட எண்ணெயோ நெய்யோ தோய்ந்த சதுரவடிவச் செய்தித்தாள், துண்டு காகிதங்கள் இறைந்து கிடந்தன. அவற்றின் மீது ஈக்கள் மொய்த்துக்கொண்டிருந்தன. அப்பா அந்தக் காகிதங்களையே நிலைகுத்திப் பார்த்துக்கொண்டிருந்தார். எனக்கு அப்பா என்று கூப்பிடக் கூச்சமாக இருந்தது. அவரே என்னைக் கவனிக்கட்டும் என்று நின்றுகொண்டிருந்தால், அவர் கவனிக்கிற மாதிரி இல்லை. நான் லேசாகச் செருமினேன். இரண்டாவது செருமலில் தலைநிமிர்ந்தார். இது அவர் இடம். நான் அவரைத் தேடி வந்தவன். அவர் புருவத்தை உயர்த்தித் தலையை மேல்தூக்கி என்ன என்று பாவனை யிலேயே கேட்டார். 'ஒண்ணுமில்லே. ஒரு விஷயம். நான் கல்யாணம் பண்ணிக்கப் போறேன். வர்ற பதினெட்டாம் தேதி. அவா ஆசாரமான குடும்பம்...' நான் இந்த இடத்தில் நிறுத்தி, சட்டைப்பையில் வைத்திருந்த பணக்கவரை அவரிடம் கொடுத்துவிட்டுத் தொடர்ந்தேன். 'அவா ஆசாரமான குடும்பம்... அன்னைக்குத் தேதியிலே வெளியூர் போயிட்டா நல்லது' என்று நான் முடிக்கவில்லை. 'போடா நாயே... தேவடியாப்பயலே... உங்க அம்மா அஸ்தியை முன்னாடி வைச்சு கல்யாணத்தை நடத்து.' அவர் விட்டெறிந்த பணக்கவர் என் முகத்தில் அடித்தது. எனக்கு அவமானத்தில் கோபம் பொங்கியது. 'செருப்பு பிய்ஞ்சு போயிரும்' என்று கூறி கவரை எடுத்துக்கொண்டு நடந்தேன். பின்னால் யாரோ கைதட்டிக் கூப்பிடுவதுபோல் இருந்தது. நின்று திரும்பிப் பார்த்தேன். அப்பா வந்து கொண்டிருந்தார். 'அந்தக் கவரைக் கொடு' என்றார். நான் கொடுத்தேன். 'உன் கல்யாணத்தன்னிக்கு நான் ஊர்லே இருக்கமாட்டேன்' என்று சொல்லிவிட்டுச் சென்றார். அவர் நடையில் இருந்த தள்ளாட்டம் என்னை வருத்தியது. துக்கமாக இருந்தது. என் வாழ்க்கை ஏன் இப்படிக் கோணலாகிப் போனது என்று நொந்துகொண்டே நடந்தேன். சுமார் இரண்டு மணிநேரம் நடந்திருப்பேன். மனம் யோசனை களற்று கல்மாதிரி இருந்தது. நடக்க நடக்க வியர்த்து உடல் குளிர்ந்திருந்தது. எங்கெங்கோ நடந்தேன். எங்கெங்கு செல்லத் தோன்றியதோ அங்கெல்லாம் நடந்தேன். வீட்டிற்கு வந்தேன். சாப்பிடவில்லை. உடைகளை மாற்றவில்லை. சட்டையை மட்டும் கழற்றி எறிந்துவிட்டுப் படுக்கையில் விழுந்தேன்.

இடையில் விழிப்பே வரவில்லை. காலையில்தான் எழுந்தேன். திருமணம் ஆன புதிதில் அம்மாவும் அப்பாவும் ஸ்டுடியோவில் ஒன்று சேர்ந்து எடுத்துக் கொண்ட கருப்பு –

வெள்ளைப் படம் – பிரேம் போட்டு ஹாலில் மாட்டப்பட்டிருந்த படம் – கனவில் வந்தது மட்டும் நினைவில் இருந்தது. எவ்வளவோ முயன்றும் கனவில் கண்ட வேறு எதுவும் நினைவுக்கு வரவில்லை. அந்தப் படம் வெகுகாலமாக ஹாலில் மாட்டப்பட்டிருந்தது. அப்படத்தில் அப்பாவின் கண்கள் தீர்க்கமாக இருக்கும். அம்மா சிரித்துக்கொண்டிருப்பாள். பார்க்கிறவர்களுக்கு அருமையான ஜோடி, அருமையான புகைப்படம் என்று தோன்றும். அப்பா சென்ற பின்னும் சில காலத்திற்கு இருந்ததாக ஞாபகம். ஒருநாள் அந்தப் படத்தைக் காணவில்லை. அம்மா அதை அழித்துவிட்டாளா அல்லது எங்கேனும் பழைய பெட்டியில் போட்டு வைத்திருக்கிறாளா என்று தெரியவில்லை.

எனக்குத் திருமண எண்ணம் தோன்றியபோது, பார்க்கும் பெண்களையெல்லாம் இவள் எனக்குப் பொருத்தமாக இருப்பாளா, அவள் எனக்குப் பொருத்தமாக இருப்பாளா என்று மனம் கற்பனையாகச் சிந்தித்துக்கொண்டிருந்தது. என் வேலை நிமித்தமாக வக்கீல் அலுவலகத்திற்குச் செல்ல வேண்டியிருந்தது. அங்குதான் முதன்முதலாக ஜூனியர் வக்கீலாக இருந்த அமிர்தவர்ஷிணியைச் சந்தித்தேன். அவள் சற்று முற்றலாகத் தெரிந்ததால் திருமணமானவள் என்றுதான் நினைத்தேன். கழுத்தில் அணிந்திருந்த செயினில் மாங்கல்யம் இருக்கிறதா என்று – அவள் கைத்தறி ஆடை அணிந்திருந்ததால் – ஊடுருவிப் பார்க்க முடியவில்லை. காலில் மெட்டி இல்லை. அதை வைத்து மட்டும் திருமணமாகாதவள் என்று முடிவு செய்ய முடியுமா என்று யோசித்தேன். ஒருநாள் அவளிடம் பேசிக்கொண்டிருக்கும்போது பழைய தோழி ஒருத்தி அவளைப் பார்க்க வந்தாள். பார்த்தவுடனேயே அவர்கள் இருவரிடமும் உற்சாகம் பீறிட்டது. அப்போது அந்தத் தோழி 'எப்போ கல்யாணச் சாப்பாடு போடப்போறே?' என்று கேட்டாள். 'நீ பட்டினிதான் கிடக்கணும்' என்று இவள் பதில் சொன்னாள்.

அடுத்த தடவை அமிர்தவர்ஷிணியைச் சந்தித்தபோது, 'நீங்க எந்த ஊர், என்ன கோத்ரம்' என்று கேட்டேன். அவள் 'திருச்சி, விஸ்வாமித்ர கோத்ரம்' என்றாள். நான் அவள் கேட்காமலேயே 'மாயவரம், காஸ்யப கோத்ரம்' என்றேன். அதற்குப்பிறகு நான் பேசும்போது அவள் கண்களைப் பார்த்தே பேசினேன். இரண்டு கண்களும் கவ்விக்கொண்ட சற்றுநேரத்திலேயே அவள் கண்களை எடுத்துக்கொள்வாள்.

ஒருநாள் ஓட்டலுக்கு இருவரும் காபி சாப்பிடச் சென்றோம். பிறகு அடிக்கடி சென்றோம். நான்தான் முதலில் பிரஸ்தாபித்தேன். எனக்கு நாற்பது வயதாவது அவளுக்கு

ஒரு பொருட்டாகத் தெரியவில்லை. தனக்கு முப்பத்தைந்து வயதாவது குறித்து அவள் தாழ்வு மனப்பான்மையிலும் குழப்பத்திலும் இருந்தாள். தன் உடலின் வனப்பு உச்சத்தை அடைந்து, தற்போது சரிந்துகொண்டிருக்கும் தருணம் என்று அவளுக்குத் தோன்றியது. அவளுக்கு வேறு ஒரு வினோதமான பிரச்சினையிருந்தது. சந்ததியில்லாத அவளுடைய அத்தை குடும்பத்திற்கு அவள் தத்துப் போயிருப்பதாகக் கூறினாள். ‘அதனால் என்ன?’ என்றேன். ‘அது ஒரு சாபம்ங்கிறாங்க. பல தலைமுறையா சந்ததி இல்லை. எங்க தாத்தா என்னாலே விமோசனம் கிடைக்கும்னு சொல்லி, எங்க அப்பா அவர் தங்கைக்கு என்னைத் தத்துக் கொடுத்தார். ஆனா விமோசனம் கிடைக்காதுன்னு, என்னை மாட்டுப்பொண்ணா எவரும் ஏத்துக்கமாட்டேன்றா’ என்றாள். எனக்கு அவள் கூறியது சரிவர விளங்கவில்லை. அவளும் விரிவாகக் கூற விரும்பவில்லை. ‘நான் என் அப்பாண்டே விவரம் சொல்லிவைக்கறேன். நீங்க அடுத்த ஞாயிறு காத்தாலே வீட்டுக்கு வாங்கோ – அப்பாட்டே பேசிப்பாருங்க. அப்பறம் முடிவு பண்ணுங்க’ என்றாள்.

அடுத்த ஞாயிறு அவள் வீட்டிற்குச் சென்றேன். அடுக்கு மாடிக் குடியிருப்பில் மூன்றாவது தளத்தில் இருந்தது. உள்ளே நுழைந்தேன். அமிர்தவர்ஷிணி முகமலர்ச்சியுடன் என்னை வரவேற்று சோபாவில் அமரச் சொன்னாள். அமர்ந்தேன். ஒரு பெரியவர் ஈஸிசேரில் சாய்ந்திருந்தார். கைபனியன் அணிந்திருந்தார். இடது கழுத்துக்கும் பனியனுக்கும் இடையே பூணூல் வெளித்தெரிந்தது. படித்துக் கொண்டிருந்த *துக்ளக்* பத்திரிகையை மார்பில் கவிழ்த்தியிருந்தார். கண்ணாடி அணிந்திருந்தார். டி.வி.யில் ஏதோ செய்திகள் ஓடிக்கொண் டிருந்தது. டி.வி.யை அணைத்தார். *துக்ளக்* பத்திரிகையை மடித்துக் கீழே வைத்தார். ‘ஐயாம் கோடீஸ்வர அய்யர். ரிட்டயர்டு ஹெட்மாஸ்டர். பேர்தான் கோடீஸ்வரன். கோடி இல்ல . . .’ என்று சிரித்தார்.

பரஸ்பர அறிமுகத்திற்குப் பின் அவர் ‘அமிர்தாவை என் தங்கைக்குத் தத்துக் கொடுத்திருக்கு. என் தோப்பனார் சத்யத்துக்குக் கட்டுப்பட்டு கொடுத்தேன் . . .’ என்றார். ‘அதற்கென்ன’ என்றேன். ‘தம்பி, அதனால்லியோ அவளுக்குக் கல்யாணம் ஆகாம போயிடுத்து . . .’ என்றார். ‘தம்பி உங்களுக்கு விரிவாச் சொல்றேன்’ என்று ஆரம்பித்தார்.

‘வத்தலக்குண்டிலே சுந்தரேசப்பட்டர் பெரிய சுவான்தார். நா சொல்றது ஆயிரத்து எந்நூறாம் ஆண்டுவாக்கிலே. என்ன நான் சொல்றது. அவர் ருக்மணியம்மாளைக் கல்யாணம்

பண்றார். அவாளுக்குக் குழந்தை பாக்கியம் இல்ல. ருக்மணியம்மாள் அவளுடைய அண்ணன் சங்கரசிவத்தோட மகன் நடேச அய்யரைத் தத்தெடுக்கிறார். நடேசய்யர், தாயம்மாள்ங்கிறவரைக் கல்யாணம் பண்றார். அவாளுக்கும் குழந்தை பாக்கியம் இல்ல. நடேசய்யர் என்ன செய்றார்னா, அவர் பிரகதீஸ்வரனைத் தத்தெடுக்கிறார். ரெண்டாவது தலமுறை ஆச்சா. பிரகதீஸ்வரன், கமலம்மாள்ங்கிறவரைத் கல்யாணம் பண்றார். அவாளுக்கும் குழந்தை பாக்கியம் இல்ல. இவா மூணாவது தலமுறை. பிரகதீஸ்வரர் அவருடைய சித்தி மகன் சிதம்பரம் அய்யரைத் தத்தெடுக்கிறார். சிதம்பரம் அய்யர், ராஜேஸ்வரியம்மாளைக் கல்யாணம் பண்றார். இவாளுக்கும் குழந்தை பாக்கியம் இல்ல. நாலாவது தலமுறை ஆச்சா. இவா, சதானந்த அய்யரைத் தத்தெடுக்கிறார். அவர் என் தங்கை சாரதாம்பாளைக் கல்யாணம் பண்றார். ஐந்தாவது தலமுறை ஆச்சா. சதானந்தய்யர் ஆயிரத்து தொள்ளாயிரத்து நாப்பத்தி ஆறாம் ஆண்டு ஜன்னி கண்டு இறக்கிறார். அப்ப என் தங்கைக்குப் பத்து வயசு. இன்னும் பெரிய பொண்ணாகலை. விதவையாயிட்டா . . . தலையைச் சிரைச்சு வீட்டுக்குப் பின்னாலே இருக்க வைச்சா. பத்து வயசு. என்ன கொடுமை. ஈஸ்வரா. அவ கொடுப்பினை, தலவிதி அவ்வளவுதான்னு சொன்னா. என் தோப்பனார் காண சகிக்காம இந்தச் சாபத்தை உன் பொண்ணுதான் மாத்துவா. சாரதாம்பாளுக்கு உன் பொண்ணைத் தத்துக்கொடு. அவ கல்யாணமாகி சந்ததியை விருத்திப் பண்ணுவா. அப்படின்னாரு. நான் சத்யம் செய்து கொடுத்தேன். சாபத்தை நெனைச்சு பயந்து யாரும் வரன் வரலை. ஈஸ்வரா' என்று பெருமூச்சு விட்டு முனகினார்.

'என்ன சாபம்?' என்றேன்.

'நான் ஆரம்பத்திலே சொன்னேன்லியோ, ஆயிரத்து எந்நூறாம் வருடம் குழந்தை பாக்கியம் இல்லாத முதல் தலமுறையைச் சேர்ந்த சுந்தரேசப்பட்டர். அவருக்கு சாரட் வண்டி ஓட்றதுனா இஷ்டமாம். அப்படி அவர் ஓட்டிண்டு வர்ற காலத்திலே ஒரு குழந்தை – அதுவா விழுந்ததோ இவர் தெரியாம ஏத்திட்டாரோ – சக்கரத்துலே மாட்டிண்டு இறந்துடறது. அந்தக் குழந்தையோட தாயாரு குடியானவப் பெண் – சந்ததி இல்லாம் விளங்காமப் போயிருவேன்னு – சாபம் போட்டதா ஒரு கதை சொல்றா . . . இந்தக் காலத்திலே இதையெல்லாம் நம்ப முடியுமா ..? சும்மா அந்தக் காலத்திலே தோதா கதை கட்டிட்டா . . . ஈஸ்வரா . . .' என்று முனகினார்.

'நேக்கு இதிலேல்லாம் நம்பிக்கையில்லை. எல்லாம் தற்செயல் நிகழ்வுகள். குழந்தை பாக்கியம் இல்லேன்னா

என்ன? தத்தெடுக்கிறதும் குழந்தைதானே. அது நமக்குப் பிறக்கலை. மத்தபடி எல்லாம் ஒன்னுதானே. நேக்கு சம்மதம். அமிர்தா சொல்லியிருப்பாள். நேக்கு அம்மா காலமாயிட்டா. மாமாக்கள்கிட்டே சொல்லிடலாம் ...' என்றேன்.

'மிக்க சந்தோஷம். ஈஸ்வரோ ரட்சது. அமிர்தா காபி கொடு' என்றார். கலவையான முகபாவங்களோடு அனைத்தையும் கேட்டுக்கொண்டிருந்த அமிர்தா இளம்பெண் போலப் பரவசத்துடன் எழுந்து ஓடினாள்.

சற்று சிந்தித்துவிட்டு, கோடீஸ்வரய்யர், உள்ளறையைப் பார்த்து, 'சாரதா இங்கே வா' என்றார். உள்ளறையிலிருந்து ஒரு கிழவி வந்தாள். 'இவ ... என் தங்கை சாரதாம்பாள்' என்றார். அவள் கூன் விழுந்து 'ட' வடிவைத் தலைகீழாகப் போட்டாற்போலிருந்தாள். முகத்தில் சாந்தம் என்பது அறவே இல்லை. கல்முகத்தில் கடுமை தொனித்துக் கொண்டிருந்தது. மொட்டைத்தலை. ரவிக்கை இல்லை. காவிப்புடவையைக் கட்டி அப்புடவையில் தலையை முக்காடிட்டிருந்தாள். பத்து வயதில் விதவை. வீட்டின் பின்பக்கம் இருப்பு. நல்ல உணவு இல்லை. தலைமுடியைச் சிரைக்க வேண்டும். எனக்கு அவளைப் பார்க்கையில் மனம் குழம்பி உடல் அதிர்ந்துகொண்டிருந்தது. அவளைப் பார்க்காமல் கண்களை வேறுபக்கம் திருப்பிக் கொண்டேன். அவள் ஒன்றும் பேசவில்லை. என்னைப் பார்த்து விட்டு உள்ளறைக்குச் சென்றாள்.

கோடீஸ்வர அய்யர் 'ஈஸ்வரா' என்று முனகினார். காலத்துக்கேற்ப மாத்திக்கலாம்னு எவ்வளவோ சொன்னேன் ... கேட்கமாட்டேன்ட்டா ... பழகிப் போச்சு ... உக்காரவைச்சுட்டேள் ... எதுக்கு மாத்தறேள். கேக்கறவாளுக்குப் பதில் சொல்ல முடியாதுன்னுட்டா ... நானும் விட்டுட்டேன். ஆயிரத்து தொள்ளாயிரத்து நாப்பத்து ஆறாம் வருஷத்திலேயிருந்து வெளி உலகத்தையே பார்த்ததில்லை ... ஊரிலிருந்து இந்த வீட்டுக்கு வர்றச்சே வெளியுலகத்தைப் பாத்ததுதான். அப்ப அவளுக்குக் கண்ணெல்லாம் கூசிருச்சு ... துணியை எடுத்துக் கண்களைக் கட்டிண்டாள்' என்று கூறும்போதே அவருக்குக் குரல் அடைத்தது. 'ஈஸ்வரோ ... ரட்சதோ ...' என்று முனகினார்.

எனக்கும் அமிர்தாவிற்கும் திருமணம் நடந்தது. சாரதாம்பாள் திருமணத்திற்கு வரவில்லை. எங்களுக்கு அவள் ஆசி வழங்கக் கூடாது என்று தெரிவிக்கப்பட்டதால் நாங்கள் ஆசி வாங்கவில்லை. ஆண்டுகள் கழிந்துகொண்டேயிருந்தன. நான்காம் ஆண்டு இறுதியில் சாரதாம்பாள் உயிருக்குத் தவித்துக்கொண்டிருந்த வேளையில், அமிர்தாவின் கையைப் பற்றி 'என்னையும்

பலி கொடுத்தா ... உன்னையும் பலிகொடுத்தா. இன்னும் யாரைப் பழிவாங்கக் காத்துக்கிடக்கோ' என்று புலம்பினாள். அடுத்த சில மணி நேரங்களில் இறந்துவிட்டாள். அவள் இறந்த வருடம் கோடீஸ்வர அய்யரும் இறந்துவிட்டார்.

அப்பா, என் திருமணத்தை முன்னிட்டு அன்று பணக் கவரை வாங்கிக்கொண்டு சென்றவர்தான், பிறகு அவரைப் பற்றிச் செய்தியேயில்லை. அவர் வழக்கமாகத் திரியும் கடை வீதிக்கு நான்கைந்து முறை சென்று தென்படுகிறாரா என்று ஒளிந்து நின்று பார்ப்பேன். அவர் தென்பட்டுவிடக் கூடாது என்று உள்ளிருந்து குரல் ஒலிக்கும். அவர் இருக்கிறாரா இறந்து விட்டாரா என்று தெரியவில்லை. வடக்கே காசிப்பக்கம் பார்த்ததாகப் பெங்களூரு மாமாவுக்குத் தூரத்து உறவினர்கள் யாரோ சொல்லி மாமாவும் என்னிடம் சொன்னார்.

அமிர்தா உடை மாற்றிக்கொண்டு வந்தாள். என் எதிரே அமர்ந்தவள் 'எனக்குப் பயமா இருக்கு' என்றாள். 'பயப்படாதே, ஆண்பிள்ளையைத்தானே தத்து எடுக்கப்போறோம். அதுவும் அனாதைக் குழந்தையைத்தானே. நமக்குப் பிறக்கலை, அது மட்டும்தானே வித்தியாசம்' என்றேன். 'அதானே, வேறே வழி இல்லையே ... ஈஸ்வரா ...' என்று முனகினாள்.

'எல்லா ஏற்பாடும் பண்ணியாயிடுத்து. நான் அன்றைக்குச் சொன்னதுதான் இன்றைக்கும். எல்லாம் தற்செயல் நிகழ்வுகள் தான். பூமி உருண்டையா இருக்குன்றா ... அந்தரங்கத்திலே மிதக்குதுன்றா ... அதுமேலே நதி, கடல், மலை, காடு, மனிதர்கள் ... சூரியன் ஒரு பக்கம் அந்தரத்துலே மிதக்குது. அதை பூமி சுத்திச் சுத்தி வருது. நம்ப முடியுதா ... பிரபஞ்சத்தினோட புதிர்களை அவிழ்க்க முடியுமா? சமயங்கள்லே வாழ்க்கையும் அப்படித்தான். பாரு, நம்ம பையன் சந்ததி சௌக்யமா வாழப்போறதை ...'

'இதையே ஆயிரம் தடவை சொல்லியாச்சு. நடக்குமா?'

நான் ரொமாண்டிக் பாவத்துடன் எழுந்து, அவள் கன்னத்தைக் கிள்ளி 'நடக்கும்டி' என்றேன்.

வீட்டைப் பூட்டிவிட்டு, காரில் ஏறி இருவரும் அனாதை ஆசிரமத்தை நோக்கிச் சென்றோம்.

***உயிர்மை*, மார்ச் 2012**

ரெட்டைக் கொலை

வக்கீல் அலுவலகத்திற்கு முன் ஒரு பெரிய அரசமரம் இருப்பது, அந்த அலுவலகத்திற்கு ஒரு தோற்றத்தையும், நிறைய வாடிக்கையாளர்களையும் ஏற்படுத்திக்கொடுத்துள்ளது என்று மந்தைவீரன் நினைத்துக்கொண்டான். அங்கு இருந்த கூட்டத்தைப் பார்த்ததும் ஜெயித்துவிடலாம் என்று தோன்றியது. பணம் நிறைய செலவாகுமோ என்ற எண்ணமும் ஏற்பட்டது. கருப்புக்கண்ணாடி அறைக்குள் வக்கீல் இருந்தார். வெளியே போடப்பட்டிருந்த நாற்காலிகளில் ஒன்றில் மந்தைவீரன் அமர்ந்திருந்தார். வரவேற்பில் இருந்த பெண் அடிக்கடி வரும் தொலைபேசி அழைப்பு களுடன் பேசிக்கொண்டே, வருகிறவர்கள் பெயர்களைப் பதிவேட்டில் குறிப்பதையும் சுறுசுறுப்பாகச் செய்து கொண்டிருந்தாள். அவள் இடது புருவத்திற்கு மேல் ஒரு மரு இருந்தது.

மருத்துவமனையில்தான் இதுபோல் டோக்கன் கொடுத்து ஒவ்வொருவராக அனுப்புவதை மந்தைவீரன் பார்த்திருக்கிறார். இப்படிச் செயல்படும் ஒரு வக்கீல் அலுவலகத்தை அவர் இப்போதுதான் பார்க்கிறார். கண்ணாடி அறை வாசலில் இருந்த பையன் 'ஆறு' என்று கூவினான். மந்தைவீரனின் எண் '10'. அவர் டோக்கனை மீண்டும் ஒருமுறை பார்த்துக்கொண்டார். மந்தைவீரன், வாசலில் நின்றிருந்த காளை என்ற சின்னச்சாமியை அழைத்து "எங்கேயும் போயிராதே. கூப்ட்ருவாங்க" என்றார். காலியாக இருந்த நாற்காலியைக் காண்பித்து உட்காரச் சொன்னார். "எசமான்... அது மருவாதி இல்லை" என்றான், அவன்.

டோக்கன் எண் 'பத்து' என்று அழைக்கப்பட்டதும் மந்தை வீரன், காளை என்ற சின்னச்சாமியுடன் உள்ளே நுழைந்தார். "நான் புதுக்குடி பிரஸிடெண்ட்" என்று அறிமுகப்படுத்திக் கொண்டார். காளை நின்றுகொண்டிருந்தான். மந்தைவீரன், கைவசம் கொண்டுவந்திருந்த கட்டுகளை வக்கீலிடம் கொடுத்தார். "ஒன்றியக் கவுன்சிலர் குருநாதன் உங்களைப் பார்க்கச் சொன்னார். பையன் நம்ம ஊரு. போக்கத்தவன். நம்ப வீட்லேதான் பரம்பரையா வேலை பாத்து வாராங்க. எஸ்ஸி ஆட்கள். கொலக்கேஸ். ஜாமீன்லே எடுத்தாச்சு. இவனுங்ககிட்ட ஒரு இருநூறு, முந்நூறு ஓட்டு நமக்கு இருக்கு. பக்கத்து வீட்டுப் பொம்பளைங்கக் கூடத் தகராறு இருந்துருக்கு. இவன் கொல்லலைங்கிறான். போலீசு பிடிச்சு கேஸ் போட்டிருச்சு. நீங்க நடத்திக் கொடுங்க" என்று கட்டைக் கொடுத்தார்.

"ஆமா, குருநாதன் நீங்க வருவீங்கன்னு சொன்னாரு" என்று வக்கீல் கட்டை வாங்கிப் பார்த்தார். மேசையில் வழக்குக் கட்டுகள் சாய்வாக அடுக்கிவைக்கப்பட்டிருந்தன. அவர் இருக்கை யின் பின்புறம் சுவரில் காந்திபடம் மாட்டப்பட்டிருந்தது. மேசையில் ஸ்டேண்ட் உள்ள வெங்கடாஜலபதி படம் இருந்தது. அதன்முன் மல்லிகைப் பூக்கள் கிடந்தன. காளைக்கு, அறையின் குளிர்ச்சியினால் சிறுநீர் கழித்தால் தேவலாம் என்று இருந்தது.

"'டபுள் மர்டர்' கேசால்ல இருக்கு" என்றார், வக்கீல்.

"ஆமாங்க."

"எப்படிக் கொல பண்ணினான்."

"கொல பண்ணலைங்கிறான்."

"குற்றவாளிக்கும் கொலை பண்ணப்பட்டவங்களுக்கும் முந்தின நாள் வீட்டு எல்லை சம்பந்தமா சச்சரவு நடந்துச்சு. அடுத்த நாள் தோட்டத்திலே குருவம்மாளைக் கத்தியாலே குத்திக் கொல பண்ணியிருக்கான். அதைப் பாத்த மாரியாத்தாவை யும் குத்தி, டபுள் மர்டர் பண்ணிட்டதா ரெக்கார்டு பண்ணி யிருக்காங்களே?"

"டே, சொல்றா நடந்ததை ..." என்றார், மந்தைவீரன்.

ஏதோ நினைப்பிலிருந்த காளை திடுக்கிட்டு "அய்யா, நா கொல பண்ணலை. எனக்கும் அவுங்களுக்கும் இடத் தகராறு இருந்துச்சு. முந்தின நாள் சண்டை நடந்துச்சு. ஒம் மக அவுசாரி, அவளை வுட்டு சம்பாதிச்சி இடம்

வாங்குன்னு அந்தக் குருவம்மா ஏசினா. அதுக்கு அந்த மாரியாத்தா சப்போர்ட்டு. நா சண்டைக்குப் போனேன். விலக்கிவிட்டாங்க. அன்னைக்கித் தண்ணி அடிச்சுட்டுப் படுத்துட்டேன். அடுத்தநாள் நைட்டு போலீசு புடிச்சுட்டுப் போயி அடி பின்னிப்புட்டாங்க. நீட்ன எடத்துலே கையெழுத்துப் போட்டேன். அவ்வளவுதான் சாமி தெரியும்" என்றான்.

"வக்கீல்ட்டேயும் டாக்டர்கிட்டேயும் உண்மையைச் சொன்னாத்தான் பிழைக்க முடியும்" என்றார் வக்கீல்.

"அய்யா. நா உள்ளதைத்தானே சொன்னேன்" என்றான் காளை.

மந்தைவீரனைப் பார்த்து, "நீங்க கொஞ்சம் வெளியே இருங்க" என்றார் வக்கீல். மந்தைவீரன் வெளியேறினார்.

"சொல்லு" என்றார், வக்கீல்

"என்னத்தை சொல்ல?" என்றான் காளை.

"கத்தி உன் கத்தியா?"

"அய்யா சாமி, அந்தக் கத்தியவே நான் பாக்கலை. என் கத்தி வீட்லேயில்ல இருக்கு."

"ஒனக்கும் அவுங்களுக்கும் என்ன தகராறு?"

"அய்யா, நாங்க ரெண்டு பேரும் பக்கத்துப் பக்கத்து வீடு. இதுல பரம்பரையா நாங்க இருக்கற எடத்துலே அவுங்க எடம் வருதுன்னு அவுளுக தகராறு பண்றாளுக."

"சரி, நீ கொல்லலை. வேறே யார் கொன்னாங்க?"

"அய்யா, அது எப்படி எனக்குத் தெரியும்?"

"உண்மையைச் சொன்னாத்தான் கேஸ்லே ஜெயிக்க முடியும்."

"அய்யா, உண்மையைத்தானே சொல்றேன்."

"அடிச்சு கையெழுத்து வாங்கினாங்க. நீ கொல்லலை. அப்படித்தானே?"

மணியடித்து, வந்த பையனிடம், வெளியே இருக்கும் மந்தைவீரனையும் ஜூனியர் இராமச்சந்திரனையும் வரச் சொன்னார். இருவரும் வந்தனர்.

"ஆளு கல்லுளிமங்கன். இந்தா இராமச்சந்திரன், கட்டைப் படிச்சுப்பாரு. டிபென்ஸ் என்ன பண்ணலாம்னு பாரு. இந்த அக்யூஸ்டுகிட்டே சம்பவம் நடந்த அன்னிக்கு எங்கேயிருந்தான், என்னன்னு கேட்டுக்க. நம்ம குருநாதன் அனுப்பிச்ச கேசு" என்ற வக்கீல் "பாத்து செய்யலாம். ஆனா ஆளு கல்லுளிமங்கன்" என்று மந்தைவீரனைப் பார்த்துச்சொன்னார்.

ஜூனியர் இராமச்சந்திரன் அவர்களைக் கூட்டிக்கொண்டு சென்றான்.

○

மணியைப் பார்த்தார் மந்தைவீரன். வெளியில் காத்திருந்த போதே சாப்பாட்டுக்கு வருவதாகவும் ரெடியாக இருக்குமாறும் அலைபேசி மூலம் மரகதத்திடம் பேசியிருந்தார். அவர் மதிய வேளையில் மரகதம் வீட்டுக்குச் செல்வதையே வழக்கமாகக் கொண்டிருந்தார். மதியம் அடிக்கடி அவள் வைக்கும் கறிக் குழம்பைச் சாப்பிட்டுவிட்டு, அவளிடம் கூடிவிட்டு, சற்று தூங்கிவிட்டு வெளிவேலைக்கோ அல்லது வீடு இருக்கும் கிராமத்துக்கோ செல்வதுதான் அவருக்கும் பிடித்தமானதாக இருந்தது. மந்தைவீரன் அரச மரத்தடியில் நின்று சிகரெட் பற்றவைத்தார்.

"ஏண்டா காளை, முந்தின நாள் என்னடா தகராறு?"

"எசமான் என் மகளை அவுசாரின்னு சொன்னாளுக. நா சண்டைக்குப் போனேன். பாத்துக்கிட்டிருந்தவனுங்க விலக்கிவிட்டாங்க."

"சரி, எப்படிக் குருவம்மாளைக் கொன்னே? அவளைக் கொன்னதைப் பார்த்ததினாலே மாரியத்தாவையும் கொன்னுட்டதாகத்தானே ரிப்போர்ட் ஆகியிருக்கு."

"ஆமா எசமான். ஆனா நான் கொன்னதாவுலே சொல்றாங்க."

"ஏண்டா, உண்மையைச் சொல்லமாட்டியா?"

"எங்க அப்பா, அம்மா சத்தியமா நா கொல பண்ணலை. எம்மவளை அவுசாரின்னு பேசுனான்னுதானே சண்டைக்குப் போனேன். அதை வைச்சு இந்தப் போலீஸ்காரங்க கதை கட்டிட்டாங்க எசமான் . . ."

“சரி, நீ சொல்லலைங்கிற. வேற யார் சொன்னுருப்பாங்க... குருவம்மாளுக்கு வேற தொடுப்பு இருந்து அதுல ஏதாவது பிரச்சினை ஆயிருக்குமா?”

“எனக்கு என்ன எசமான் தெரியும்? நா உண்டு என் வேலை உண்டுன்னு இருக்கேன்.”

“பரம்பரையா வேலை பாக்குறீங்க. அதுக்கோசரம்தான் நா போனாப் போகுதுன்னு கூட்டி வந்தேன். இந்தா பிரியாணி சாப்பிட்டுட்டு வீட்லே போய்ப்படு” என்று மந்தைவீரன் பணத்தை எடுத்துக் கொடுத்துவிட்டுக் காரை நோக்கிச் சென்றார்.

காளை, பெட்டிக்கடைக்குச் சென்று சிகரெட் வாங்கினான். சிகரெட்டைப் பற்றவைத்து, சற்று தள்ளிச் சாலையோரத்தில் உட்கார்ந்து ஓடிக்கொண்டிருக்கும் சாக்கடைக் கால்வாயில் சிறுநீர் கழித்தான். சாலையில் வாகனங்களும், பாதசாரிகளும் சென்றுகொண்டிருக்க பெட்டிக்கடைக்கு மீண்டும் வந்து டாஸ்மாக் கடை இருக்குமிடத்தை விசாரித்தான்.

காளை, டாஸ்மாக் கடையில் இரண்டு குவார்ட்டர் ‘ரம்’ வாங்கி, கடையை ஒட்டியிருந்த மது அருந்துமிடத்திற்குச் சென்றான். மது அருந்துமிடத்தின் மேற்கூரை தகரத்தில் இருந்தது. நின்றுகொண்டே குடிக்க ஒரு அமைப்பும், உட்கார்ந்து குடிக்கக் கல்லினால் ஆன மேசை, நாற்காலி அமைப்பும் இருந்தன. தரையில் சிதறிக் கிடந்த நொறுக்குத்தீனிகளின் மேல் ஈக்கள் பரவலாக அமர்ந்திருந்தன. தகரத்தில் வெளியான வெப்பம், மின்விசிறிக்காற்றின் மூலம் அறையில் பரவியிருந்தது. காளை உட்கார்ந்து இரண்டு குவார்ட்டர் ‘ரம்’ பாட்டிலை எடுத்து மேலே வைத்தான். எதிரே இரண்டு நபர்கள் உட்கார்ந்து குடித்துக்கொண்டிருந்தனர். ஒருவன் தாடி, மீசையுடன் இருந்தான். இன்னொருவன் பெரிய மீசையுடன் இருந்தான். அவர்கள் இருவரும் பேசிக்கொண்டிருப்பதைக் காளை பார்த்துக்கொண்டிருந்தான்.

“என்னைக்கி கிடா வெட்டி சாமி கும்பிடப் போறே?”

“இந்த மாசக் கடைசிக்குள்ளே வைக்கணும்.”

“காரியம் நிறைவேறி ரெண்டு மாசம் ஆச்சே.”

“ஆமா, இன்னும் லேட் பண்ணக் கூடாது.”

"எனக்குக் கூட கொஞ்சம் சந்தேகம்தான். மூணு தடவை ஜெயிச்சவன் உள் வெவகாரம் தெரிஞ்சவன். அதனாலே ஜெயிச்சுருவான்னு நெனைச்சேன்."

"நம்ம குலசாமி பவரான சாமியில்ல... வேண்டிக்கிட்டா நிறைவேறித்தானே தீரும்."

"அவனும் இதே சாமிகிட்டே வேண்டிக்கிட்டா என்ன நடக்கும்?"

"அவனுக்கு வேற குலசாமி. அவன் வந்து முறையிட்டான்னாலும் நம்ம குலசாமி நமக்குத்தானே ஹெல்ப் பண்ணும். அவனுக்கு எப்படிப் பண்ணும். எவனொருவன் குலசாமிக்கு விசுவாசமா இருக்கானோ அவனுக்குப் பழுதில்லை. மத்தபடி சாமிகள் எல்லாம் ஒன்னுக்கொன்னு பங்காளிக, மாமன், மச்சினன்தானே."

"அந்த வழுக்கைத்தலையன் அன்னைக்கு எம்பி எம்பி சண்டைக்கு வந்தானே... அவனை ஒரு வழி பண்ணனும்."

"பண்ணனும். மனசுலே வைச்சுருக்கேன். சந்தர்ப்பம் வரப்ப கையைக் காலை உடச்சிடனும்."

"நாமன்னு தெரியப்படாது."

"காலம் வந்தா எல்லாம் கூடி வரும்."

காளை எழுந்தான். எதிரே இருந்தவர்கள் தொடர்ந்து பேசிக்கொண்டிருந்தார்கள். ஏதோ மனசஞ்சலத்தில் ஒரு குவார்ட்டரைத் தண்ணீரில் கலந்தும் இன்னொரு குவார்ட்டரை எதுவும் கலக்காமல் கச்சாவாகவும் குடித்திருந்தான்.

வெளியேறி, சற்றுத் தள்ளியிருந்த வாழை மர பிரியாணிக் கடை என்று பெயரிடப்பட்டிருந்த கடைக்குள் நுழைந்தான். கடை வாசலில் வாழை மரம் கட்டப்பட்டிருந்தது. தினமுமோ அல்லது இரண்டு நாளைக்கொரு முறையோ புதிதாக வாழை மரம் கட்டுவார்கள் போலிருக்கிறது. சற்றுத் தள்ளி வாழை மரத்தைப் பார்த்து ஏங்கிக்கொண்டிருந்த மாட்டை ஒரு சிறுவன் விரட்டிக்கொண்டிருந்தான். அவன் மனதில் அவர்களின் குலசாமி 'குகைச்சாமி' உட்கார்ந்திருந்தார். அவர் காலடியில் ஆயுதங்கள் இருந்தன. பிரியாணியை எடுத்துச் சாப்பிட ஆரம்பித்தான். உடல் வியர்த்திருந்தது.

சுற்றிலும் செடிகளும் மரங்களும் இருந்தன. இரண்டு நபர்கள் பறையடித்துச் சென்றுகொண்டிருந்தனர். ஒற்றையடிப் பாதை. நடக்கும்போது முள் பார்த்து நடக்க வேண்டும். இருபுறமும் உள்ள மரங்களின் கிளைகளைக் கைகளால் தள்ளித்தள்ளி நடக்க வேண்டும். முன்னால் அரிவாளுடன் செல்பவர்கள் சில கிளைகளை வெட்டிச் சாய்த்தபடி செல் கின்றனர். சில மரங்களின் உயரத்தை அண்ணாந்து பார்க்க வேண்டும். பருத்த மரங்களின் நிறம் முதுமையைக் காட்டிக் கொண்டிருந்தது. சில இடங்களில் வேரோடு பெயர்ந்த மரங்களின் வேர்கள் வானத்தைப் பார்த்துக்கொண்டிருந்தன. சில மரங்களின் பருமன் மூன்று பேருக்கு மேல் சேர்ந்து கட்டிப்பிடிக்க முடிவதாக இருந்தது. ஒற்றையடிப்பாதை சமமாக இல்லாமல் ஏற்றமாக இருந்தது. பறையின் சத்தத்தில் பறவைகள் ஒலி எழுப்பி வானத்தில் பறந்துகொண்டிருந்தன.

பறவைகளின் ஒலி, பறைகளின் சத்தத்தில் கலந்தன. பாதை அகலக் குறைவாக இருப்பதால் நீள் வரிசையில் செல்கின்றனர். ஓரிடத்தில் சமதளமாகப் பெரும் பாறைத்திட்டு அமைந்த இடத்தில், பத்திரமாக இறங்க வேண்டும். இந்தப் பாதை தடமற்று இருப்பதால் வழி தெரிந்த முதியவர் முன் செல்ல அவர் பின்னே நீள வரிசையாகச் செல்ல வேண்டும். மலைக்குகை கண்ணுக்குத் தெரிந்த உடனே முதியவரின் உடல் தூக்கித் தூக்கிப் போடும்; உதறும். பெரும் கூச்சல் எழுப்புவார். பறை ஒலி கூடும். தாளத்தின் இடைவெளி குறைந்து ஒலியின் சத்தம் கூடுவதில் உடல் ஆட்டம் கொள்ளும். பெண்கள் குலவையிடுவார்கள். முதியவரின் பின்னால் வரும் சிலர் சாமியாடுவர். ஆடும் ஆண், பெண்களின் மீது ஒருவர் விபூதியை அள்ளி வீசி அடிப்பார். சாமி உக்கிரமானது.

பத்து வயதுக்கு மேற்பட்டவர்கள்தான் சாமியைப் பார்க்க முடியும். கீழ்ப்பட்டவர்கள் பார்த்தால் பயந்துவிடுவார்கள் என்பது ஐதீகம். பாறை இடுக்கின் முன்னே இருக்கும் பாறை வெளியில் வந்தவர்கள் உடலை முறுக்கி ஆடுவார்கள். சிலர் வீழ்ந்து புரள்வார்கள். சிலர் அழுவார்கள். ஒரு கட்டத்தில் முதியவர் கையுயர்த்தி பறை ஒலியை நிறுத்துவார். ஆடிக் கொண்டும் புரண்டுகொண்டும் இருந்தவர்கள் கொஞ்சம் கொஞ்சமாக சகஜ நிலைக்கு வருவர். ‘குகைச்சாமி’ தோளில் அரிவாளுடன் நின்று கொண்டிருப்பார். அவர் காலடியில் துருப்பிடித்த பலவிதமான ஆயுதங்கள். முதியவர் தட்டிச் சூடத்தைக் கொளுத்திக் கையுயர்த்திக் காண்பிப்பார். கொஞ்சம்

கொஞ்சமாகச் ஆட்கள் வந்து சாமியை வணங்குவர். காளை, தந்தையுடன் ஒட்டி நின்றுகொண்டிருந்தான். அவன் கை, அவர் கையைப் பிடித்திருந்தது. 'சாமி, குலசாமி. குலத்தைக் காப்பாத்து. புள்ளைகளைக் காப்பாத்து. எசமானுக்கு விசுவாசமா இருக்கப் பலத்தைக் கொடு சாமி.' தந்தையும் காளையும் உடல்படிய கீழே விழுந்து வணங்கினர்.

பிரியாணிக் கடையிலிருந்து வெளியே வந்து, மீண்டும் சிறுநீர் கழிக்கச் சாலையோரமாகச் சென்றவனின் சிந்தனை திடீரென்று முடங்க அவன் கீழே விழுந்தான். சற்றுத்தள்ளி சாக்கடைக் கால்வாய் ஓடிக்கொண்டிருந்தது. சாலையில் வாகனங்கள் சென்றுகொண்டிருந்தன. மனிதர்கள் பார்த்தும் பார்க்காமலும் சென்றுகொண்டிருந்தனர். மந்தைவீரனின் கார், மரகதம் வீட்டை நோக்கிச் சென்றுகொண்டிருந்தது.

உயிர்மை, டிசம்பர் 2011

ஒரு திருமணம்

"அக்ரஹாரத்தில் பேசிக்கொண்டார்கள். கோதை பூப்பெய்திவிட்டாளாம்" என்றாள், அவள்.

"கோதையை எப்படிக் கவனித்துக்கொள்கிறார்கள் என்று தெரியவில்லை. இடைப்பெண்கள் அவளைக் கவனித்துக்கொள்வார்கள் என்று நினைக்கிறேன். என்ன இருந்தாலும் தாய் கவனிப்பதுபோல் ஆகுமா." இவளின் குரல் அடைத்தது.

"நீ அவளை நிராகரித்திருக்கக் கூடாது. துளசிச் செடியின் கீழ் நீ அவளைப் போட்டிருக்காவிட்டால் இந்நேரம் இந்த வீட்டில் அவள் அழகாகத் திரிந்து கொண்டிருப்பாள்."

"இல்லை. என் வாழ்வு அவளைப் பீடிக்கக் கூடாது. என்னைப் போல் அலைக்கழியக் கூடாது என்றுதானே நான் அவ்வாறு செய்தேன்."

"விஷ்ணுசித்தர், அவளுக்குக் கவிதை எழுதக் கற்றுக் கொடுத்திருக்கிறார். நன்றாகக் கவிதை எழுதி, பாடுவதாகக் கூறினார்கள்."

"அவளை யார் மணம் செய்வார்கள். அந்தண குலத்திலும் எடுக்க மாட்டார்கள். வேறு சாதியிலும் எடுக்க வழியில்லை. விஷ்ணுசித்தர் எந்தச் சாதியில் மணமகன் தேடுவார். அவளுக்குத் திருமணமே நடக்காது. கன்னியாகத்தான் காலம் கழிக்க வேண்டும் போலிருக் கிறது. என் மகளுக்கு இந்தக் கதிதான் ஏற்படுமா." இவள் கண் கலங்கினாள்.

"கோதை கவிதை எழுதுகிறாள். புத்திசாலி. அவள் கண்டுபிடிப்பாள், என்ன செய்வதென்று" என்றாள் அவள்.

○

விடிகாலை கோதையைச் சுற்றி ஆயர்பாடியைச் சேர்ந்த, அவள் வயதையொத்த சிறுமிகள். வணிகக் குடும்பத்தைச் சேர்ந்தவள் வரவில்லை. மாமன் மகள் என்று கோதையால் அழைக்கப்படுபவள் வரவில்லை. பேசி வைத்தபடி இன்னும் சிலர் வரவில்லை. "முதலில், வராத தோழியரை எழுப்புவோம். பின்னர் நாராயணனைத் துதிப்போம்" என்று கோதை தோழியரிடம் கூறினாள். "மார்கழித் திங்கள் மதிநிறைந்த நன்னாளில் நீராடப்போதுவீர்" என்ற வாசகங்கள் அந்தப் பன்னிரெண்டு வயது கோதையின் மனத்தில் தோன்றின.

வயதில் மூத்தவளாக, இவர்களுக்குத் தலைவி போலிருக்கும் பெண் வீட்டிற்கு வரும்போது கீ கீ என்று குருவிகள் பேசும் ஒலி கேட்டது. கழுத்தில் அணிந்த அணிகலன்கள் சலசலக்க, ஆய்ச்சியர் மத்தினால் தயிர் கடையும் ஓசையும் கேட்டது. "தயிரரவம் கேட்டிலையோ நாயகப் பெண்பிள்ளாய்" என்று மனத்திற்குள் வார்த்தைகள் ஓடின. வாசலில் நின்று அவளை அழைத்தனர். ஏற்கனவே தயாராக இருந்த அந்தப் பெண் பிள்ளாய் இவர்களுடன் சேர்ந்துகொண்டாள்.

அவள் பணம்படைத்த குடும்பத்தைச் சேர்ந்தவள். அவள் குடியிருக்கும் மாளிகை போன்ற வீட்டில் மாடங்களில் விளக்குகள் எரிந்துகொண்டிருந்தன. மணிகள் பொருந்திய பெருங்கதவு தாழிடப்பட்டிருந்தது. "மாமான் மகளே மணிக்கதவம் தாழ் திறவாய்" என்று கோதையின் வாய் முணுமுணுத்தது. குரல் எழுப்பியும் கதவு திறக்கப்படவில்லை. "மாற்றமும் தாராரோ வாசல் திறவாதார்" என்று வாய்விட்டுக் கூறினாள்.

வணிக குலத்தைச் சேர்ந்த அந்தச் சிறுமி கவர்ச்சியானவள். அவளும் சொன்னபடி வரவில்லை. அவள் வீட்டின் முன் நின்று கூட்டாகக் குரல் எழுப்பியும் மறுமொழி சொல்லாமல் கூடத் தூங்குகிறாள். "புற்றரவல்குல் புனமயிலே போதராய் சுற்றத்துத் தோழிமார் எல்லாரும் வந்துநின் முற்றம் புகுந்து ..." என்ற வாசகங்கள் அவளுள் எழுந்தன.

இவர்களாவது பரவாயில்லை. வீரம் பேசவில்லை. இவள் எல்லாருக்கும் முன்னால் எழுந்து கோதை உட்பட அனைவரையும் எழுப்புவதாக வாய்வீரம் பேசினவள். அவளாவது நேரத்தில்

எழுந்து வந்திருக்க வேண்டாமா. வெட்கமில்லையா அவளுக்கு "எங்களை முன்னம் எழுப்புவான் வாய் பேசும் நங்காய் எழுந்திராய் நாணாதாய் நாவுடையாய்" என்ற வரிகள் அவளுள் உருவாகின.

நிறையப் பேர்கள் வரவில்லை. "எல்லோரும் போந்தாரோ போந்தார்போந் தெண்ணிக் கொள்" என்று கூட இருந்த சிறுமிகளிடம் சொன்னாள். "உன் கவிதை வரிகளை உன்னுடனே வைத்துக்கொள். எங்களிடம் சாதாரணமாகப் பேசு" என்றார்கள். வந்தவரைக்கும் சரி. ஆனால், நந்தகோபன் தூங்கிக்கொண் டிருக்கிறானே அவனை எழுப்ப வேண்டாமா. ஆமாம். வாருங்கள் கோயிலுக்குச் செல்வோம். "எம்பெருமான் நந்தகோபாலா எழுந்திராய் கொம்பனார்க்கெல்லாம் கொழுந்தே குலவிளக்கே, அம்பரமே தண்ணீரே சோறே..." என்று கோதை சொல்லிக் கொண்டே தோழியருடன் கோயிலை நோக்கிச் சென்றாள்.

○

விஷ்ணுசித்தர், கோதை தொடுத்த மாலைகளைப் பெருமாளுக்குச் சாற்றுவதற்காகக் கொண்டு சென்றுகொண் டிருந்தபோது, ஓரிடத்தில் கோபுரத்தை நோக்கிக் கும்பிட்டார். இந்த இடத்திற்கு வரும்போது மட்டும் இக்கோணத்தில் கோயில் பிரம்மாண்டமாகத் தெரிகிறது. அவரது அந்தணகுல உறவினர் ஒருவர் அவரைக் கண்டு அருகில் வந்தார். இருவரும் பேசிக் கொண்டே கோயிலுக்குச் சென்றனர்.

அந்த உறவினர் கேட்டார். "கோதைக்கு இப்போதே வயது பன்னிரண்டாகிவிட்டதே. எப்படி அவளுக்குத் திருமணம் செய்வது? யார் முன் வருவார்?"

"எனக்கும் அதுதான் தெளிவில்லாமல் இருக்கிறது. அவள் எந்தக் குலத்துப்பெண் என்று தெரியவில்லை. யார் பெண் எடுக்க முன்வருவார்கள் என்றும் தெரியவில்லை. அந்தணக் குலத்தில் யாரும் எடுக்க மாட்டார்கள். நாம்தான் அவளுக்குத் திருமணம் நடத்த வேண்டும். தந்தை ஸ்தானத்தில் நான் இருந்து இன்னொரு குலத்தைச் சேர்ந்தவனுக்கு எப்படி இவளைத் தாரைவார்க்க முடியும்! நானே தகப்பன் ஸ்தானத் தில் இருக்க சம்பிரதாயம் சம்மதிக்குமா. கோதையின் நிலை அந்தரத்தில் இருக்கிறது. அவளுக்கு நன்றாகக் கவிதை எழுத வருகிறது. அறிவானவளாக இருக்கிறாள். நந்தகோபாலன் மீது அவ்வளவு பிரேமை. அந்த நந்தகோபாலன்தான் அவளுக்கு ஒரு தீர்வு காண வேண்டும்" என்றார் விஷ்ணுச்சித்தர்.

நந்தகோபாலனின் சிறப்புகளைப் பேசிக்கொண்டே இருவரும் கோயிலுக்குள் நுழைந்தனர். கருவறைக்கு முன் நெடுஞ்சாண்கிடையாக விழுந்தார். மாலையை அர்ச்சகரிடம் கொடுத்தார். அந்த அர்ச்சகர் அதை வாங்கிக் கருவறைக்குள் சென்று வடபத்தரசாயி பெருமாளுக்கு அதைச் சாற்றினார். கோயில் நந்தவனத்தில் பூக்கள் சேகரித்து, மாலை தொடுத்து, பெருமாளுக்குச் சாற்றும் கைங்கர்யம், விஷ்ணுச்சித்தருக்கு.

உறவினர் கேட்ட கேள்வி அவரைத் தொந்தரவு செய்தது. "திருமணமாகாமல், கோதை இப்படியே இருந்துவிட வேண்டியது தானா? அந்த நந்தகோபாலனை நினைத்துக்கொண்டே இருந்து விட வேண்டியதுதானா? என் காலத்திற்குப்பின் அவள் கதி என்ன?... நாராயணா..." அவர் மனம் அலைக்கழிந்து கொண்டிருந்தது. மன அமைதிக்காகத் தூணில் சாய்ந்து அமர்ந்து நாராயணனைத் தியானம் செய்தார்.

கோதை தந்த மாலையை வாங்கிக்கொண்டு, வழக்கமான இடத்தில் நின்று கோபுரத்தைத் தரிசனம் செய்து கோயிலை நெருங்கிக்கொண்டிருந்த சமயம்தான் விஷ்ணுசித்தர் பார்த்தார். மாலையில் ஒரு முடி சிக்கியிருப்பதை. கோதைக்கு நீண்ட கூந்தல். சௌகரியத்திற்காக, தலையின் இடதுபக்கம் கொண்டையாக முடித்திருப்பாள். அந்த முடியை நீக்கினார். அறியாமல் ஏற்பட்டதாக இருக்க வேண்டும். மாலை தொடுக்கும்போது எச்சரிக்கையாகத் தொடுக்குபடி கூற வேண்டும் என்று நினைத்துக் கொண்டார். மாலையைக் கொடுத்துவிட்டுத் தூணில் சாய்ந்து அமர்ந்து தியானித்து, பின் தன் கவிதைகள் பற்றி யோசித்துக் கொண்டிருந்தார். கோதையின் கவிதைகளையும் நினைத்துப் பார்த்தார். நாராயணனை எழுப்பும் கவிதைகள் அச்சிறுமியிடமிருந்து அழகாக வந்திருப்பதை நினைத்தபோது அவருக்குப் புன்னகை ஏற்பட்டது. நாராயணனின் மேல் அவளுக்கு இருந்த ஈடுபாட்டை நினைத்தபோது அவர் மனதில் சஞ்சலம் ஏற்பட்டது. நாராயணனின் மேல் ஈடுபாடும் காதலும் கொண்ட கவிதைப் பெண் என்று நினைத்துக்கொண்டார். அப்போது அவளின் நீண்ட கூந்தல் நினைவிற்கு வந்தது.

அடுத்தநாள் காலை, கோதை மாலையைக் கொணர்ந்து தன்னிடம் கொடுப்பதற்கு முன்பாவே, அவள் பூத்தொடுக்கும் அறைக்குச் செல்ல வேண்டும் என்று தோன்றி அவ்வாறே சென்றார். அங்கு அவர் கண்ட காட்சி அவரை அதிர்ச்சியடைய வைத்தது. கோதை, நாராயணனுக்குத் தொடுத்த மாலையை தன்னுடைய கழுத்தில் அணிந்து அழகு பார்த்துக்கொண் டிருப்பதைப் பார்த்தார். என்ன அபச்சாரம், என்ன துணிச்சல்,

என்ன அக்கிரமம், அவருக்குக் கோபம் மனதை ஆவேசமாக ஆட்டியது. அவர், கத்திக்கொண்டே மாலையைப் பிடுங்கி, தரையில் அடித்து, கோதையின் கன்னத்தில் அறைந்தார். கோதை சுவரோரம் சென்று சாய்ந்து குந்தி அமர்ந்துகொண்டாள். அவள் கண்களில் நீர் வழிந்தது. தவறைக் கண்டுபிடித்ததினால் அவள் மனம் பயந்தது. அவளை அனாதை என்றும் தெய்வப் பக்தி இல்லாதவள் என்றும் தெய்வநிந்தனை செய்பவள் என்றும் பலவாறாக இகழ்ந்து திட்டினார். சத்தம் கேட்டுக் கூட்டம் கூடிவிட்டது. கூட்டத்திடம் அவர், நடந்ததைக் கூறி அவளை மேலும் மோசமாகத் திட்டினார். அனாதையாகக் கிடந்த தன்னை வளர்த்து ஆளாக்கியவருக்குச் சங்கடங்கள் வரும்படி நடந்து அவரது கோபத்திற்கு ஆளாகிவிட்டோமே என்ற எண்ணம் அவளைப் பீடித்து வருத்தியது.

வேறு பெண்களை அழைத்து, புதியமாலை தொடுத்து அளிக்குமாறு கூறித் தனது அறைக்குச் சென்றார். கூட்டத்தினர் அவரை ஆதரித்து தங்களுக்குள் பேசிக்கொண்டனர். கோதையின் தோழிகள் நடந்த நிகழ்ச்சிகளைக் கண்டு திகைத்துப் பயந்து நின்றனர். கோதை பயத்தில் உறைந்திருந்தாள்.

எவ்வளவு நாட்கள் இப்படி நடந்ததோ. அபச்சாரம் நிகழ்ந்துவிட்டது. இந்த அனாதைப் பெண்ணுக்கு அதிகம் இடம் கொடுத்துவிட்டோம். அது தன்னுடைய பிழைதான் என்று சிந்தித்துக்கொண்டே, கோபாலனை நோக்கிப் புதிதாகப் பிறரால் தொடுக்கப்பட்ட மாலையுடன் விஷ்ணுசித்தர் சென்று கொண்டிருந்தார். அதேசமயம் கோதை அவமானத்தில் உறைந்து படுத்திருந்ததை நினைத்து வருத்தமும் கொண்டார்.

கோதையின் தோழிகள் அபவாதத்திற்கு அஞ்சி அவளை விட்டு விலகினர். அவர்களில் சிலர் விஷ்ணுசித்தர் பார்க்குமாறு ஏன் அப்படிச் செய்தாள்; முட்டாள் பெண்; கதவை அடைத்துக் கொண்டு மாலையை அணிந்து அழகு பார்த்திருக்கலாமே என்று பேசிக்கொண்டனர்.

அன்று இரவு கோதை, சாப்பிடாமல், சுருண்டு படுத்திருந்ததை விஷ்ணுசித்தர் பார்த்தார். "துளசிச்செடியின் கீழ் அனாதையாகக் கிடந்தவள். தாய், தந்தை யாரென்று தெரியாது. தான்தான் அவளுக்கு அடையாளம். வயதாகி விட்டது. மணம் முடிக்க வழியில்லை. நன்றாகக் கவிதை எழுதுகிறாள். நாராயணன் மேல் அவள் பிரேமை கொண்டதற்குத் தானும் பொறுப்புதானே" என்றெல்லாம் யோசித்து மனக்கலக்கமடைந்து கொண்டிருந்தார்.

இரவு ஒரு கனவு வந்தது. மிதமாகக் கடல் அலைகள் அலம்பும் கடலின் மேற்பரப்பில், ஆதிசேஷன் படுக்கையில் படுத்திருந்த நாராயணன் கண்களைத் திறக்கிறார். விஷ்ணு சித்தரால் அந்தக் கண்களின் கூர்மையைத் தாங்க இயல வில்லை. கீழே சின்ன உருவாக 'நாராயணா' என்று கைகளைத் தூக்கி வணங்கி நிற்கிறார். நாராயணனின் மேனி நீலநிறத்தில் தகதகக்கிறது. விஷ்ணுசித்தரை வரச்சொல்லிக் கண்களாலேயே சைகை செய்கிறார். திடீரெனக் காட்சி மாறுகிறது. விஸ்வரூப மெடுத்து நிற்கிறார். தலையில் கிரீடம், கையில் சக்கரம், ஒரு கையில் கதாயுதம். விஷ்ணுசித்தர் அந்தப் பேருருவத்தின் முன்னே சின்னஞ்சிறு உருவாய் நிற்கிறார். நாராயணனின் கட்டை விரலை அவர் அண்ணாந்து பார்க்கிறார். பிறகு கண்ணன் இளவயதுடையவனாகக் கையில் குழல், தலையில் மயிற்பீலியுடன் மரக்கிளையின் மேல் அமர்ந்திருக்கிறார். இவரைக் கண்டதும் அவர் இறங்கி வருகிறார். "என் கோதை அனுப்பிய மாலையை ஏன் எனக்குச் சாற்றவில்லை. அவள் என் பிரியத்திற்குரியவள் அவள் சூடிய மாலையை நான் விரும்பிச்சூடினேன்" என்கிறார். விஷ்ணுசித்தர் அவர் காலில் விழுந்து வணங்குகிறார்.

காலையில் எழுந்து, தன் கனவில் நாராயணன் வந்ததையும் கோதை சூடிக்கொடுத்த மாலையைத் தான் விரும்பிச் சூடியதாக அவர் தெரிவித்ததையும் விஷ்ணுசித்தர் தன்னைச் சுற்றி நின்ற வர்களிடம் கூறினார். நாராயணனே கனவில் வந்து மாலையை அணிய விருப்பப்பட்டதாகச் சொல்லிவிட்டதை வியந்தார். கூட்டத்தில் ஒருவர் ஆண்டவனையே ஆண்டாள் கோதை என்றார். இதைக்கேட்டு ஒரு சிறுமி கோதை இருந்த அறையை நோக்கி ஓடினாள். கோதையை எழுப்பி "நாராயணன், விஷ்ணு சித்தரின் கனவில் வந்து, நீ சூடிக் கொடுத்த மாலையை விரும்பி ஏற்றுக்கொண்டதாகத் தெரிவித்துவிட்டார்" என்று கூறினாள். விஷ்ணுசித்தரும் அவருடன் வந்த கூட்டமும் கோதை அருகே வந்துவிட்டது. கோதை எழுந்து கூந்தலை அவிழ்த்து, பின்னர், அதை இடதுபக்கத்தில் கொண்டையாக முடிச்சிட்டாள். பல்லி ஒன்று சுவரில் ஓடியதைப் பார்த்தாள். "கோதை... நாராயணனே வந்து நீ சூடிக்கொடுத்த மாலையை விரும்பி அணிந்துகொண்டதாகக் கூறினார். உன்னை அவர் ஏற்றுக்கொண்டுவிட்டார்" என்று கூறினார். கூட்டம் மகிழ்ச்சி யுடன் ஆரவாரித்தது.

தோழியர் அவளை ஆண்டாள் என்று அழைக்கலாயினர். அவளின் மதிப்புக் கூடியது. "நடந்தவரை சரி; ஆண்டவன்

விரும்பினாலும் இனிமேல் மானுடர் சூடிக்கொடுத்த மாலை யைச் சாற்றக் கூடாது" என்று கோயிலில் கூறிவிட்டனர். கோதை சூடிக்கொடுக்காமல், தொடுத்த மாலையை விஷ்ணு சித்தர் கோயிலுக்கு வழங்கிக்கொண்டிருந்தார். நாராயணன், தான் சூடிக்கொடுத்த மாலையை விரும்பி ஏற்றுக்கொண்டதால் அவரையே தன் கணவனாக, கோதை மனதில் வரித்தாள்.

காலங்கள் ஓடிக்கொண்டிருந்தன. கோதைக்கு வயது ஏறிக்கொண்டேயிருந்தது. அவளும் நாராயணனைக் கணவனாக வரித்துவிட்டாள். தனக்கும் வயதாகிக்கொண்டிருக்கிறது. தனக்குப் பின் அவள் கதி என்ன என்ற சிந்தனை அவருக்கு ஏற்பட்டது. ஒருவர் எழுதிய கவிதையை மற்றவர் படித்துச் சிலாகித்துக்கொண்டிருந்தனர்.

தீவிரமான சிந்தனையில் இருந்த அவருக்கு ஒருநாள் இரவில் மீண்டும் ஒரு கனவு வந்தது. அதில் ஸ்ரீரங்கம் அரங்கநாதர் காட்சி தந்தார். கோயிலின் பிரம்மாண்டமான கதவு திறந்தது. மேலும் மேலும் கதவுகள் திறக்க இறுதியில் மூலவர் இருக்கும் கதவும் திறந்தது. நீல நிறத்தில் அரங்கநாதர் சயனித்திருந்தார். முந்தைய கனவில் வந்ததுபோலவே நீலம் தகதகத்தது. அரங்கநாதர் கண்களைத் திறந்தபோது கோயில் அதிர்ந்தது. விஷ்ணுசித்தர் தன்னையறியாமல் தான் எழுதிய கவிதை வரிகளைக் கூறித் துதிக்கிறார். படுத்தநிலையிலேயே அவர் கூறினார். "கோதையை நான் மணம் முடித்துக்கொள் கிறேன்; அவளை இங்கு வரச்சொல்."

கனவு கலைந்து, தூக்கமும் கலைந்தது. கண் திறந்து சாளரம் வழியே வானத்தைப் பார்த்தார். எழுந்து வந்து சாளரம் வழியே ஏனோ நிலாவைப் பார்த்தார். குளிர்ச்சியை உணர்ந்தார். திரும்பவும் வந்து படுத்துக்கொண்டார். காலையில், வந்தவர்களிடம் அரங்கநாதர் கனவில் வந்து கோதையை மணம் முடிக்க அனுப்பி வைக்குமாறு கூறியதைத் தெரிவித்தார். தோழியர் கோதையைக் கண்டு அரங்கநாதர் தெரிவித்த சேதியைத் தெரிவித்தனர். வாரணம் ஆயிரம் சூழ வலம் செய்து நாரணன் நம்பி நடக்கின்றான் என்ற வரிகள் அவள் மனத்தில் தோன்றின. அவளுக்கு உடல் சிலிர்த்தது.

கோதை மகிழ்ச்சியாக இருந்தாள். தோழியர் அவளைக் கேலி செய்தனர். மணப்பெண்ணாக அரங்கன் சன்னிதியை அடையும்போது அந்த அரங்கநாதர் கோதையைக் கைப்பற்றி வானுலகத்திற்கு அழைத்துச்சென்றுவிடுவார் என்று கோதையும்

விஷ்ணுசித்தரும் சுற்றத்தாரும் நம்பினர். ஸ்ரீரங்கம் செல்ல ஏற்பாடுகள் செய்யச் சொன்னார் விஷ்ணுசித்தர்.

பல்லக்குகள், பரிவாரங்கள், உணவுப்பொருட்கள், வண்டிகள் தயாராகிக்கொண்டிருந்தன. மணப்பெண் மனநிலையிலிருந்த கோதை கவிதைகள் எழுதுவதில் மும்முரமாக இருந்தாள்.

இந்த இடத்தில் கதை எழுதுபவனாகிய நான் சில விஷயங்களைக் கூற வேண்டியுள்ளது. ஆண்டாளின் கவிதைகளை – குறிப்பாக நாச்சியார் திருமொழியைப் படித்தபோது காதலினால் ஏற்பட்ட காமத்தெறிப்பையும் ஏக்கத்தையும் அவள் வெளிப்படையாக, எளிமையான மொழியில் கவிதையாக்கியிருப்பதைக் கண்டேன். அச்சிறுமி 15 வயதில் மறைந்துவிட்டாள் என்று கண்ட செய்தி என்னை அதிர்வடையச் செய்தது. இந்த வயதிற்குள் இத்தகைய மொழியில் கவிதை எழுதியுள்ளார் என்ற எண்ணம் என்னை ஆச்சரிய வெளியில் தள்ளியது.

சில வரிகளையாவது இங்கு கூறவேண்டும்.

தென்றலும் திங்களும் ஊடறத்து என்னை
நலியும் முறைமை அறியேன்
என்றும் இக்காவில் இருந்திருந்து என்னைத்
ததைத்தாதே நீயும் குயிலே.

நாணி இனி ஓர் கருமம் இல்லை
நால் அயலாரும் அறிந்தொழிந்தார்

கொள்ளும் பயன் ஒன்று இல்லாத
கொங்கைதன்னைக் கிழங்கோடும்
அள்ளிப் பறித்திட்டு அவன் மார்பில்
எறிந்து என் அழலைத் தீர்வேனே.

பெண்ணின் வருத்தம் அறியாத
பெருமான் அரையில் பீதக
வண்ண ஆடை கொண்டு என்னை
வாட்டம் தணிய வீசிரே

பயண நாள் வந்தது. பரிவாரங்களுடன் கிளம்பினர். கோதையின் தோழியர் சிலர் குடும்பத்துடன் மணநிகழ்வைக் காண உடன் வந்தனர். வர இயலாத தோழியர் கோதையை வாழ்த்தி அனுப்பினர். நாட்கள் கடந்தன. ஆங்காங்கு இளைப்பாறி, உணவு உண்டு வழி கடந்து ஸ்ரீரங்கம் அடைந்தனர். கோதையும் விஷ்ணுசித்தரும் பரிவாரங்களும் அரங்கநாதர் காட்சிதந்து கோதையை மனைவியாக்கி அழைத்துச்செல்வார் என்றே கருதினர்.

ஸ்ரீரங்கம் மக்களுக்கு இந்த மணச்செய்தி அதிசயமாக இருந்தது. சிலர் அரங்கநாதர் காட்சி தருவார் என்று நினைத்தனர். சிலர் அரங்கநாதராவது காட்சி தருவதாவது என்று நினைத்தனர். முகூர்த்த நாள், நேரம் குறித்தாகிவிட்டது.

முகூர்த்த நாளிற்கு முந்தியநாள் விஷ்ணுசித்தருக்கு நாளைய நிதர்சனம் குறித்துப் பயமும் சஞ்சலமும் ஏற்பட்டது. அரங்கநாதர் காட்சி தந்து கோதையை அழைத்துச் செல்லாவிடில் என்ன செய்வது? அவளைத் தனக்குத்தானே திருமணம் செய்வித்து இங்கேயே விட்டுவிட்டு சென்றுவிடுவதா? அல்லது திரும்பவும் வில்லிப்புத்தூருக்கு அழைத்துச்செல்வதா? அவ்வாறு நடந்தால், ஊரார் கேலி செய்ய மாட்டாரா? என்ன செய்வது? நாளை எது நடக்கிறதோ அதுவே அரங்கநாதரின் விருப்பம் என்று சமாதானம் செய்துகொள்ள வேண்டியதுதான் என்றெல்லாம் விஷ்ணுசித்தருக்குச் சஞ்சலம் ஏற்பட்டது.

கோதையைப் பொறுத்தவரை, அரங்கநாதரை மணம் செய்யும் பெண்ணின் மனநிலையிலிருந்தாள். ஏக்கமும் காமமும் எதிர்பார்ப்பும் அவளைப் படுத்திக்கொண்டிருந்தன. அரங்கநாதர் காட்சி தந்து அவளைக் கைப்பற்றி வானத்திற்குச் சென்று மறைந்து விடுவதுபோல் அவளுக்கு அடிக்கடிக் கற்பனை ஏற்பட்டது.

முகூர்த்த நாளன்று கோதையை மணப்பெண்ணாக அலங்கரித்தனர். பெரும் கூந்தலை இடதுபக்கம் கொண்டையாக அமைத்தனர். பட்டுடை அணிவித்தனர். குங்குமக் குழம்பை கையில் தடவினர். குளிர் சந்தனத்தைப் பூசினர். அவளிடமிருந்து நறுமணம் வீசியது. முகூர்த்த நேரம் நெருங்கியது. சன்னிதியை நோக்கிக் கூட்டமாகச் சென்றனர். அரங்கநாதரின் சன்னிதி. அவர் முன் திரை. திரைக்கு முன் படபடக்கும் இதயத்துடன், பரவசத்துடன், பதற்றத்துடன் கோதை மற்றும் பரிவாரங்கள், விஷ்ணுசித்தர். வாத்தியங்களின் இசை, மணியின் ஒலி இணைந்து பேரோசையாகக் கேட்டுக்கொண்டிருந்தது. திரை விலகியது. அரங்கநாதர் படுத்திருந்தார். கண்களில் வெள்ளி பதிக்கப்பட்டிருந்தது. கை ஒய்யாரமாகக் சாய்ந்திருந்தது. அனைவரும் கோஷம் எழுப்பி வணங்கினர். அரங்கநாதரைப் பார்த்ததும் கோதைக்கு இன்பமும் பயமும் ஏற்பட்டது. எங்கும் அதிர அவளுள் அவர் புகுந்தார். அவள் நிலை குலைந்தாள். மயக்கம் போன்ற உணர்வு ஆட்கொண்டது. வாத்தியங்களின் இசையும், மணியின் ஒலியும் கலந்து ஒலித்த பேரோசையின் சத்தம் கூடியது. தள்ளாடிக்கொண்டிருந்த

கோதையைத் தோழியர் தாங்கிப் பிடித்துக்கொண்டிருந்தனர். அவள் கையிலிருந்த மாலையை அர்ச்சகரிடம் கொடுக்க அவர் அரங்கநாதருக்கு அதைச் சாற்றி, பதில் மாலையை எடுத்து வந்தார். தள்ளாடிக்கொண்டிருந்த அவள் மாலையை வாங்கிக் கழுத்தில் அணிந்ததும் "கலப்பேன் அவரோடு" என்று கூவினாள். அடுத்த கணம் ஓர் ஆச்சரியம் நிகழ்ந்தது. பிரம்மாண்டமாகப் படுத்திருந்த அரங்கநாதரின் உடல் அசைந்தது. அவர் எழுந்து அமர்ந்து தலையைத் திருப்பிக் கூட்டத்தைப் பார்த்தார். கூட்டம் உச்சஸ்தாயியில் கோஷம் எழுப்பி திகைத்துப் பார்த்துக்கொண்டிருந்தது. மூலக்கிரகத் திலிருந்து, தலை இடிக்கும் என்பதால் குனிந்து வெளியே வந்து நிமிர்ந்து நின்றார். அர்ச்சகர்கள் பயந்து ஒதுங்கினர். கூட்டம் நெடுஞ்சாண்கிடையாக விழுந்து வணங்கியது. அரங்கநாதர் நெருங்கத் தோழியர் பயந்து ஒதுங்கினர். கோதையின் தள்ளாட்டம் நின்றது. அரங்கனின் பேருருவைப் பார்த்தாள். "தேசம் முன் அளந்தவன்; திரிவிக்கிரமன் திருக் கைகளால் என்னைத் தீண்டும் வண்ணம் சாய் உடைவயிறும் என் தடமுலையும் தரணியில் தலைப்புகழ் தரக்கிற்றாயே" என்று நினைத்த அடுத்த கணம் அரங்கநாதர் அவள் கையைப் பற்றினார். அவள் உடல் அதிர்ந்தது. அடுத்த கணம் இருவரும் மறைந்தனர்.

திருமணத்திற்கு முந்தையநாள் கோதை மலங்கழித்துக் கொண்டிருந்தபோது, மறைந்திருந்த நிசர்சனம், திடீரென பேருருக் கொண்டதுபோல் உணர்ந்தாள். "நாளை அரங்கநாதர் எப்படி வருவார்? அது சாத்தியம்தானா? வராவிட்டால்? என்னைப் பொருட்படுத்தி வர இயலுமா? வருவார் என்று நினைப்பதே மாயம்தானே? அது எப்படி அரங்கநாதராவது வருவதாவது என்றொருவர் கூறியது என் காதில் விழுந்ததே அதுதானே நிதர்சனம்? ஆம். அப்படித்தான் நடக்கும், நான் என்ன செய்வது? எனக்கு நானே மணம் முடித்து சன்னிதி யிலேயே உயிரை விட்டு அவருடன் கலப்பதுதானே சிறப்பு. உயிர் போகாவிடில் என்ன செய்வது? மாய்த்துக்கொள்வது தான் நன்று."

அவள் கால் கழுவி, அறைக்குள் நுழைந்து, பெட்டிக்குள் இருந்த விஷக் குப்பி இருக்கிறதா என்ற பார்த்தாள். திரும்பப் பழைய இடத்திலேயே வைத்துவிட்டுப் பெட்டியை மூடினாள். "கற்பனையில் இருப்பதுதான் இன்பம். மாயவன் உருக் காட்டான். நிதர்சனம் மாயையை மாய்க்கும். நிதர்சனத்தை

ஒழித்துவைத்து ஆடிய ஆட்டத்திற்கு நாளை முடிவு" என்று அவள் மனத்தில் தோன்றியது.

பெட்டியை மூடி, எழுந்தபோது தோழியர் சூழ்ந்து கொண்டனர். கற்பனை இன்பம் அவளை ஆட்கொண்டது. "அவனோடும் உடன்சென்று அங்கு ஆனை மேல் மஞ்சனம் ஆட்டக் கனாக் கண்டேன் தோழீ" என்ற வரிகளைக் கூறினாள்.

முகூர்த்த நாளன்று கோதையை மணப்பெண்ணாக அலங்கரித்தனர். பெரும் கூந்தலை இடதுபக்கம் கொண்டையாக அமைத்தனர். பட்டுடை அணிவித்தனர். குங்குமக் குழம்பைக் கையில் தடவினர். குளிர் சந்தனத்தைப் பூசினர். அவளிடமிருந்து நறுமணம் வீசியது. முகூர்த்த நேரம் நெருங்கியது. சன்னிதியை நோக்கிக் கூட்டமாகச் சென்றனர். அரங்கநாதரின் சன்னிதி. அவர் முன் திரை. திரைக்கு முன் படபடக்கும் இதயத்துடன், பரவசத்துடன், பதற்றத்துடன் கோதை மற்றும் பரிவாரங்கள், விஷ்ணுசித்தர். ஆடைக்குள் விஷப்புட்டி இருக்கிறதா என்று கோதை தடவிப்பார்த்துக்கொண்டாள். வாத்தியங்களின் இசை; மணியின் ஒலி இணைந்து பேரோசையாகக் கேட்டுக்கொண் டிருந்தது. திரை விலகியது. அரங்கநாதர் படுத்திருந்தார். கண்களில் வெள்ளி பதிக்கப்பட்டிருந்தது. கை ஒய்யாரமாகச் சாய்ந்திருந்தது. அனைவரும் கோஷம் எழுப்பி வணங்கினர். அரங்கநாதரைப் பார்த்ததும் கோதைக்கு இன்பமும் பயமும் ஏற்பட்டது. எங்கும் அதிர அவளுள் அவர் புகுந்தார். அவள் நிலை குலைந்தாள். தள்ளாடினாள். மயக்கம் போன்ற உணர்வு ஆட்கொண்டது. வாத்தியங்களின் இசையும் மணியின் ஒலியும் கலந்து ஒலித்த பேரோசையின் சத்தம் கூடியது. தள்ளாடிக் கொண்டிருந்த கோதையைத் தோழியர் தாங்கிப் பிடித்துக் கொண்டிருந்தனர். அவள், கையிலிருந்த மாலையை அர்ச்சகரிடம் கொடுக்க அவர் அரங்கநாதருக்கு அதைச் சாற்றிப் பதில் மாலையை எடுத்து வந்தார். தள்ளாடிக்கொண்டிருந்த அவள் மாலையை வாங்கிக் கழுத்தில் அணிந்ததும் "கலப்பேன் அவரோடு" என்று கூவினாள். உயிரை நிறுத்த முயற்சித்தாள். உடலிலிருந்து உயிரைப் பிரிக்க மனவலிமையுடன் முயன்றாள். அரங்கநாதர் கைத்தலம் பற்றி வானத்திற்குக் கொண்டு செல்லும் கற்பனை கீழேவிழுந்து இறந்தது. அடுத்த கணம் மறைத்து வைத்திருந்த விஷக்குப்பியை எடுத்து வாயில் உறிஞ்சினாள். "விளக்கினில் புக என்னை விதித்தாயே" என்று சரிந்து விழுந் தாள். அவள் உடல் நீலம் பாரிக்க ஆரம்பித்தது. கீழே விழுந்து கிடந்த அவளைச் சுற்றிக் கூட்டம். ஓர் அந்தணர், "நீலவண்ணக்

கண்ணன் அவளுள் புகுந்து அவளைக் கூட்டிச் சென்றுவிட்டார். இது அவளது பூத உடல்" என்று கூறினார். கோதையின் உள்ளங்கையில் இருந்த புட்டியைத் தோழி ஒருத்தி அகற்றி எடுத்து வைத்துக்கொண்டாள். அரங்கநாதர், கோதையை மனைவியாக வரித்து அழைத்துச் சென்றுவிட்டார் என்று கூட்டம் பேசியது.

வேகமாக வந்ததில் அவளுக்கு மூச்சு இரைத்தது. "அரங்க நாதர், கோதையை மணம் முடித்து, அவளைக் கூட்டிச்சென்று விட்டார்" என்றாள், அவள்.

"கோதை மறைந்தாளா; மாய்ந்தாளா; மாய்க்கப்பட்டாளா; மாய்த்துக்கொண்டாளா" என்றாள், இவள் தழுதழுக்கும் குரலில்.

உயிர்எழுத்து, பிப்ரவரி 2012

சுரேஷ்குமார இந்திரஜித்

அப்பத்தா

ரத்தினகுமார், அந்தப் பரதநாட்டிய நிகழ்ச்சிக்குச் செல்லத் தயாராகிக்கொண்டிருந்தார். வைஜயந்திமாலா வாழ்த்துரை வழங்குவதாக அந்த நிகழ்ச்சி அமைக்கப் பட்டிருந்தது. அவரின் நண்பர் செல்வின் ராஜதுரை, வைஜயந்திமாலாவின் ரசிகர். ராஜ்கபூரும் வைஜயந்தி மாலாவும் நடித்த சங்கம் திரைப்படத்தை இருவரும் பலமுறை பார்த்திருக்கிறார்கள்.

மனைவி லலிதா இறந்தபின், தனிமை எவ்வளவு சிக்கலானது என்று ரத்தினகுமார் உணர்ந்துகொண் டிருக்கிறார். மகன்களுக்கும் தனக்கும் இடையே ஊடக மாக லலிதா இருந்திருக்கிறாள் என்று தோன்றியது. அவள் இல்லாத நிலை தனக்கும் மகன்களுக்கும் இடையே இடைவெளியையும் வெற்றிடத்தையும் மேலும் உருவாக்கி யுள்ளதை அவர் உணர்ந்திருந்தார். இனி; போகப்போக, இந்த வெற்றிடமும் இடைவெளியும் கூடிக்கொண்டே போகுமே என்ற எண்ணம் அவர் மனத்தில் எழுந்தது. மனைவி இருந்தபோது அவளின் இருப்பு தனக்கு அத்தியா வசியமானது என்று அவருக்குத் தோன்றவில்லை. தற்போது அவள் இல்லாத நிலையில், நிர்க்கதியாக இருப்பதாக அவருக்குத் தோன்றியது. மூத்த மகன் சென்னையிலும் இளைய மகன் கோவையிலும் குடும்பத்துடன் இருக்கிறார்கள்.

அவருக்கு மீண்டும் மீண்டும் பழைய நினைவுகள் மனத்தை அலைக்கழித்துக்கொண்டிருக்கின்றன. இரு சக்கரவாகனத்தில் செல்லும்போதும் வேறு வாகனத்தில் செல்லும்போதும் விபத்துக்குள்ளாகி விடுவோமோ என்ற தேவையற்ற அச்சம் அவர் மனத்தைக் கவ்விக்

கொண்டிருக்கிறது. தனியாக இருக்கும் தனக்குத் திடீரென்று உடல் நலக்குறைவு ஏற்பட்டுவிடுமோ என்ற பயமும் அவரைப் பாதித்துக்கொண்டிருக்கிறது. வீட்டை வாடகைக்கு விட்டு விட்டு முதியோர் இல்லத்தில் தங்கிக்கொள்ளலாமா என்ற எண்ணமும் ஏற்பட்டுக்கொண்டிருக்கிறது.

கடந்த காலத்தைப் பரிசீலிக்கையில், அவர் மகன்களை நல்லவிதமாகத்தான் நடத்தியிருந்தார். ஆனால் எதனாலோ மகன்கள் இருவருக்கும் தேவைப்படும்போது உதவிசெய்ய வேண்டிய கடமைக்குரியவராக மட்டுமே ரத்தினகுமார் தோன்றினார். அதை ரத்தினகுமாரும் உணர்ந்திருந்தார். சிறு வயதிலிருந்தே லலிதாதான் அவர்களின் தேவைகளைக் கவனித்துப் பூர்த்தி செய்துகொண்டிருந்தாள். அவர்களும் சிறுவயதிலிருந்தே தங்களின் தேவைகளை லலிதாவிடம்தான் முறையிட்டுக்கொண்டிருந்தார்கள். ரத்தினகுமார் தூரத்தே தான் இருந்தார்.

மனைவி இருந்தபோது, சிலகாலம் இரண்டு மகன்கள் வீட்டிலும் மாறிமாறி இருந்து பார்த்தார்கள். அவர்களுக்கு மனநிறைவு ஏற்படவில்லை. இரு மகன்களுமே நன்றாகப் படித்திருந்தாலும் வேலைக்குச் செல்லாமல் சொந்தமாகத் தொழில் செய்து வந்தார்கள். நிலத்தை விற்று அவர்கள் தொழில் தொடங்க ஏற்பாடு செய்துகொடுத்திருந்தார். அவர்களின் பணத்தேவை ரத்தினகுமாரை அச்சுறுத்திக்கொண்டேயிருந்தது.

இரு மகன்களுக்கும் இன்னும் குழந்தைகள் பிறக்கவில்லை. மகன்கள் இருவருமே ரத்தினகுமாருக்குச் சற்றுத் தாமதமாகத் தான் பிறந்தனர். மூத்தமகன் சூர்யப்பிரகாஷின் மனைவி பெரியநாயகியைப் பார்க்கும்போது ரத்தினகுமாருக்கு மன சஞ்சலம் ஏற்படும். பெரியநாயகியின் உடல் அமைப்பும் முக அமைப்பும் அவரின் விருப்பத்திற்குரியதாக இருந்தன. பெண் பார்க்கும்போதே தன்னைத் தொந்தரவு செய்யும் உடலமைப்பும் முக அமைப்பும் உடையவளை எதற்காக மருமகளாக்கிக்கொள்ள வேண்டும் என்று உள்மனக் குழப்பம் அவருக்கு ஏற்பட்டது. லலிதாவிற்கும் சூர்யப் பிரகாஷிற்கும் அவள் அழகு பிடித்திருந்து, பிற விஷயங்களும் கூடி வந்து விட்டதால் திருமணம் நடந்துவிட்டது.

சூர்யப்பிரகாஷின் வீட்டில் இருக்கும்போது, அவர் பெரியநாயகியைப் பார்த்துப் பேசுவதையே தவிர்த்துவிடுவார். குறிப்பாக, பெரியநாயகி குளித்துவிட்டு ஈரக்கூந்தலில் துண்டைச் சுற்றிக் காட்சியளிக்கும்போது அவர் மனம் தன்னையறியாது

கிளர்ச்சியடையும். 'இதென்ன சோதனை, கடவுளே' என்று கவனத்தை வேறு பக்கம் திருப்பிக்கொள்வார்.

லலிதா எப்போதும் பண விஷயத்தில் கவனமாக இருப்பாள். அவ்வாறு இருந்ததினால்தான் ரத்தினகுமாருக்குச் சொத்து சேர்க்க முடிந்தது. பெரியநாயகியை சூர்யப்பிரகாஷுக்குத் திருமணம் செய்தபோது, பண விஷயத்திலும் நகை விஷயத்திலும் கறாராக இருந்ததால் லலிதா மீது பெரியநாயகிக்கு வெறுப்பு ஏற்பட்டிருந்தது.

'தொழிலை அபிவிருத்தி செய்ய கணவன் பணம் கேட்டால், சொத்தை விற்றுப் பணம் கொடுக்க வேண்டியதுதானே. இவர்களுக்குப் பின் கணவனுக்கும் அவர் தம்பிக்கும்தானே சொத்து வந்து சேரும். ஆபத்திற்கு உதவாத சொத்து இருந்து என்ன பயன். அதை விட்டுவிட்டு மாமனார் வீட்டிலிருந்து கொண்டு வா என்றால் எங்கிருந்து கொண்டுவருவது. திருமணம் முடித்தபோது எங்கள் பொருளாதார நிலை தெரியாதா? அழகாக இருக்கிறாள் என்று அவர்கள்தானே வந்து வந்து விழுந்தார்கள்.' இப்படிப் பலவாறான எண்ணங்கள் ஓடி பெரியநாயகிக்கு, லலிதா மீதான வெறுப்பு கூடியிருந்தது.

இளைய மகன் சந்திரபிரகாஷின் திருமணம், காதல் திருமணம். அவனது மனைவி செந்தாமரையை ரத்தினகுமாருக்கும் லலிதாவிற்கும் பிடிக்கவில்லை. மெத்தப்படித்தவள் போலவும் மேலானவள் போலவும் கர்வமாக நடந்துகொள்வதாக இருவருக்கும் தோன்றியது. மூத்த மகனுக்குத்தான் பெரிய சொத்துக்கள் பின்புலமாக இல்லாத இடத்தில் அழகாக இருக்கிறாள் என்பதற்காகப் பெண் எடுத்துவிட்டோம்; இளைய மகனுக்குப் பெரிய சொத்துக்கள் உள்ள இடத்தில் பெண் எடுக்க வேண்டும் என்று லலிதா நினைத்திருந்தாள். ஆனால் பல பிரச்சினைகள் உருவாகி வேறு வழியில்லாமல், செந்தாமரையைத் திருமணம் செய்துவைக்க வேண்டிய நிலை ஏற்பட்டு விட்டது. லலிதா எதிர் பார்த்திருந்ததற்குச் சம்பந்தமில்லாத வகையில்தான் திருமணம் நடந்தது.

லலிதாவும் ரத்தினகுமாரும் சில நாட்கள் சந்திரபிரகாஷின் வீட்டில் தங்கியிருக்கும்போது, செந்தாமரை தங்களை நடத்திய விதம் அவர்களுக்குப் பிடிக்கவில்லை. மாமனார், மாமியாரை அதிகம் பொருட்படுத்தாது, அலட்சியமாக நடத்தினால்தான் தன்மீது அவர்கள் அதிகாரம் செலுத்தமாட்டார்கள் என்று செந்தாமரை கருதி அவ்வாறே நடந்துகொண்டிருந்தாள். கணவன் அவள் மீது கொண்ட மோகத்திற்குப் பிரதியாகக்

கிடைத்த அதிகாரத்தைக் கணவன் மீதே செலுத்துவதில் செந்தாமரை கெட்டிக்காரியாக இருந்தாள்.

'எப்படி இருந்த பையன், இப்படி அந்தக் கருவாச்சியைச் சுற்றியே, அவள் சொன்னதைக் கேட்டு நடக்கிறானே, என்ன சொக்குப்பொடி அவளிடம் இருக்கிறதோ. நம்மைக்கூட மதிக்க மாட்டேன் என்கிறானே. அவள்தான் அவனுக்கு முக்கியமாகப் போய்விட்டது' என்று லலிதா தனது கணவனிடம் அடிக்கடி புலம்பியிருக்கிறாள்.

ரத்தினகுமாரைப் பொறுத்தவரை விருந்தாளிகளை வைத்துக் கொண்டு, அவரைக் கடைக்குச் சென்று பாலும் நொறுக்குத் தீனிகளும் வாங்கி வரச் சொல்லிப் பணம் கொடுத்தது அவரைப் பாதித்துவிட்டது. வருகிறவர்களுக்குக் கொடுக்க வீட்டில் ஏதாவது வைத்திருக்க வேண்டும். பாலும் வைத்திருக்க வேண்டும் அல்லது ஏதாவது சமாளித்து அனுப்பி வைக்க வேண்டும். அப்படி இல்லாமல், அவரைக் கூப்பிட்டு வாங்கி வரச் சொல்லி அவரும் கடைக்குச் சென்று வாங்கி வந்தார். கடைக்குச் சென்று வரும்போது செந்தாமரை தன்னை அவமதித்துவிட்டாள் என்று நினைத்துக்கொண்டார். செந்தாமரை இதையெல்லாம் யோசிக்கக்கூடிய ஆளாக இல்லை.

இருமகன்களும் குடும்பத்துடன் விநாயக சதுர்த்திக்கு வருவதாகத் தெரிவித்ததும் அவர்கள் இருவரும் ஏதோ காரிய மாகத்தான் வருகிறார்கள் என்று ரத்தினகுமாருக்கும் லலிதா விற்கும் தோன்றியது. சொத்தை விற்றுப் பணம் கொடுக்குமாறு கேட்டால் அந்த நெருக்கடியை எவ்வாறு சந்திப்பது என்று குழம்பிக்கொண்டிருந்தார். லலிதாவோ சொத்து பிறக்கப் போகும் பேரக்குழந்தைகளுக்குத்தான், இவர்களுக்கு இல்லை; சொத்து அழிந்துவிடக் கூடாது என்பதில் உறுதியாக இருந்தாள்.

விநாயக சதுர்த்தி அன்று சாயங்காலம் அமர்ந்து பேசிக் கொண்டிருக்கும்போது, இரு மகன்களும் தொழிலை அபிவிருத்தி செய்ய கூடுதல் முதலீடு தேவைப்படுகிறது என்றும் கையிருப்பு பணம் இல்லாததால் சொத்தை விற்று முதலீடு செய்யலாம் என்றும் தெரிவித்தனர். 'சொத்து பேரக்குழந்தைகளுக்குத்தான் போய்ச்சேர வேண்டும். விற்றால் மீண்டும் வாங்க முடியாது. இது பூர்வீகச் சொத்து அல்ல. உங்கள் அப்பா சம்பாத்தியத்தில் வாங்கியது. பணம் வேண்டுமென்றால் அவரவர்களின் மாமனார்களிடம் கேட்டுப் பாருங்கள்' என்று லலிதா பேசினாள்.

'திருமணம் செய்யும்போதே எங்கள் பொருளாதார நிலைமை அறிந்துதானே திருமணம் செய்தீர்கள். நீங்கள்தான்

உங்கள் மகன்களுக்கு உதவ வேண்டும்' என்று பெரியநாயகி பேசினாள். பெரியநாயகி, பக்கவாட்டுத் தோற்றத்தில் மிக அழகாக இருப்பதாக ரத்தினகுமாருக்குத் தோன்றியது. நீண்ட கூந்தலை அவள் குறைத்து வெட்டியிருந்ததுதான் அவருக்குக் குறையாக இருந்தது. அவரும் பக்குவமாக 'உங்கள் அம்மா சொல்வதுதான் சரி, வருங்கால சந்ததிகளுக்குச் சொத்தை விட்டுச் செல்ல வேண்டும்' என்றார்.

'அப்படியென்றால், எங்களால் சந்ததிகளுக்கு சொத்து வாங்க முடியாது என்று சொல்கிறீர்களா?' என்று மூத்தவன் கேட்டான். மௌனம் நிலவியது.

'சொந்த மகன்கள் மீது பாசம் இல்லாத பெற்றோரை இப்போதுதான் பார்க்கிறேன்' என்றாள் செந்தாமரை.

'நீ ஒண்ணும் எனக்குப் பாசத்தைக் கற்றுத்தர வேண்டாம்' என்றாள் லலிதா.

இருவரும் கடுமையாகப் பேசிக்கொண்டனர். அடுத்த நாள் காலையில் இருமகன்களின் குடும்பமும் அவரவர்கள் ஊருக்குக் கிளம்பின. போகும்போது 'யோசித்துச் சொல்லுங்கள்' என்று மூத்தவன் கூறிவிட்டுச் சென்றான்.

ரத்தினகுமாருக்கும் சொத்தை விற்றுப் பணம் கொடுப்பதில் விருப்பம் இல்லை. லலிதா உறுதியாக இருப்பதால், அவளிடம் வேண்டுமென்றே 'சொத்தை விற்றுக் கொடுக்கலாம்' என்று சும்மாவாக, பின்னால் எதற்காவது உபயோகப்படும் என்று சொல்லி வைத்தார். ஆனால் அதற்கான அவசியம் ஏற்பட வில்லை. இச்சம்பவம் நடந்து ஒரு மாதம் கழிந்து ஒருநாள் காலையில் அவள் படுக்கையிலிருந்து எழாதது கண்டு அவளைப் பதற்றத்துடன் எழுப்பினார். சற்றுத் தள்ளிப் படுத்திருக்கும் தனக்குத் தெரியாமல் எவ்வாறு அவள் உயிர் பிரிந்தது என்று அவருக்குப் புதிராகவும் அதிர்ச்சியாகவும் இருந்தது.

காரியம் முடிந்தது. இரு மகன்களும் அப்பாவைத் தங்களுடன் வந்து இருக்கச் சொன்னார்கள். சின்ன மகனுடன் அதுவும் செந்தாமரையுடன் இருந்தால் தனக்கு மதிப்பு இருக்காது என்று அவர் அறிந்திருந்தார். மூத்த மகனுடன் இருக்கலாம் என்றால், அவன் இல்லாத நேரங்களில் பெரியநாயகி யுடன் வீட்டில் இருப்பது மனச்சிக்கலையும் குழப்பத்தையும் ஏற்படுத்தும் என்பதால் அவர் அதையும் விரும்பவில்லை. தனியாக இருப்பது என்று முடிவெடுத்தார். ஊரை விட்டு வருவதில் தனக்கு விருப்பம் இல்லை என்றும் உடல்நிலை

நானும் ஒருவன்

பாதிக்கும் சமயத்தில் மகன்களிடம் வருவதாகவும் பொதுவாகச் சொல்லிவிட்டார்.

ஒரு மெஸ்ஸில் சாப்பிட்டுக்கொண்டிருக்கிறார். வீட்டிலிருந்து, மெஸ்ஸிற்குச் சென்று ஒவ்வொரு வேளையும் சாப்பிட்டு வருவது அவருக்குச் சங்கடமாக இருக்கிறது. இரவில் தனியாகப் படுப்பதும் அவருக்குச் சங்கடமாக இருக்கிறது. லலிதா உயிருடன் இருக்கும்போதே அவர்கள் காலத்திற்குப்பின் சொத்துக்கள் பேரக் குழந்தைகளுக்குச் சேரும் என்று உயில் எழுதிப் பதிவு செய்துவிட்டார்.

இன்று பரதநாட்டிய நிகழ்ச்சிக்குச் செல்வதற்காக செல்வின் ராஜதுரைக்காகக் காத்திருந்தார். செல்வின் ராஜதுரை, மோட்டார் சைக்கிளை வாசலில் நிறுத்திவிட்டு கைக்கடிகாரத்தைப் பார்த்து 'நேரமாகிவிட்டது' என்று கூறிக்கொண்டே வந்தார். அவர் வைஜயந்திமாலாவைப் பார்க்கச் செல்லும் பதற்றத்திலிருந்தார். இருவரும் ஆடிடோரியத்திற்குச் சென்றனர். பெரிய இடம். சுமார் ஆயிரம் பேர் உட்காரக்கூடிய இடம். அதில் சுமார் இருநூறு நபர்களே உட்கார்ந்திருந்தனர். நிகழ்ச்சி ஆரம்பிக்கும் நேரத்திற்குச் சற்று முன்பாக வைஜயந்திமாலா வந்து முதல் வரிசையில் அமர்ந்தார்.

சங்கம் படத்தில் கட்டிலில், படுக்கையின் மீது ஏறி நின்று ஆட்டம் போடும் காட்சியை நினைவுபடுத்தி, இப்போது இவ்வளவு வயதாகிவிட்டாரே என்றார், செல்வின் ராஜதுரை. ரத்தினகுமாருக்கும் சங்கம் படத்தில் கண்ட ஆட்டமும் பல தமிழ்ப்படங்களில் கண்ட வைஜயந்திமாலாவும் நினைவுக்கு வந்தன. அவரைப் பக்கவாட்டில் பார்க்கும்போது ஒரு கோணத்தில் தன்னுடைய அப்பத்தா நினைவும் ரத்தினகுமாருக்கு வந்தது. ஏனென்று தெரியவில்லை. அவர் மனம் துணுக்குற்றது. இவ்வளவு காலமாக நினைவுக்கு வராத அப்பத்தாவை நினைவு படுத்தும் விதத்தில் வைஜயந்திமாலா இருப்பது அவருக்குப் புதிராக இருந்தது.

தனக்கு வயதாவது தெரியாது; பிறருக்கு வயதாவதுதான் தெரியும் போலிருக்கிறது என்றும் இக்கணத்தில் அவருக்குத் தோன்றியது. அப்பத்தா நினைவு வந்துகொண்டேயிருந்தது. சிறுவயதில் அவரிடம் பாசமாகவும் அன்பாகவும் இருந்த ஒரே ஆள் அப்பத்தாதான். அவரின் மடியில் தலை வைத்துப் படுத்திருந்த வேளையில் பாதுகாப்பாக உணர்ந்தது நினைவுக்கு வந்தது.

அவர் பார்த்துக்கொண்டிருக்கும்போதே வைஜயந்தி மாலா, அப்பத்தாவாக மாறி மேடையில் ஏறிக்கொண்டிருந்தார். அப்பத்தா வாழ்த்துரை வழங்கினார். வாழ்த்துரை வழங்கிவிட்டு இறங்கிய அப்பத்தா என்னும் வைஜயந்திமாலாவை அல்லது வைஜயந்திமாலா என்னும் அப்பத்தாவைப் பார்வையாளர்களில் சிலர் சூழ்ந்துகொண்டு பேசினர். அப்பத்தாவை அவர் அருகில் பார்த்தார். 'போய் வருகிறேன்' என்று சொல்லி அப்பத்தா காரை நோக்கிச் சென்றார்.

செல்வின் ராஜதுரை வேறு மனநிலையில் இருந்தார். ரத்தினகுமார் அதற்குச் சம்பந்தமில்லாத மனநிலையில் இருந்தார். வீட்டிற்குச் சென்றுகொண்டிருக்கும்போது, உயிலை ரத்து செய்து, சொத்துக்களை விற்று மகன்களுக்குக் கொடுக்க முடிவெடுத்திருப்பதாக ரத்தினகுமார் செல்வின் ராஜதுரை யிடம் தெரிவித்தார். எப்படித் திடீரென்று மனம் மாறியது என்று செல்வின் ராஜதுரை கேட்டார். வைஜயந்திமாலா, தனது மனத்தை மாற்றிவிட்டதாக, ரத்தினகுமார் கூறினார்.

டைம்ஸ் இன்று, தீபாவளி மலர் 2011

பின்நவீனத்துவவாதியின் மனைவி

அந்தப் புத்தகக் கடையும் காபி ஷாப்பும் அடுத்தடுத்து இருந்தன. புத்தகக் கடையில் நவீனத் தமிழ் இலக்கியப் புத்தகங்களும் நவீனத் தமிழ்ச் சிந்தனைகள் தொடர்பான புத்தகங்களும் சிற்றிதழ்களும் கிடைக்கும். புத்தகக் கடையின் விற்பனையைக் கவனிக்கும் ராமய்யா, 'கடல்' என்ற பெயரில் கவிதைகள் எழுதிக்கொண்டிருக் கிறான். அநேகமாகப் புத்தகம் வாங்க வருபவர்களில் பெரும்பாலோர் எழுத்தாளர்களாகவும் இருப்பதால் அடிக்கடி ஏதாவது பொருள் சார்ந்த சர்ச்சை நடந்து கொண்டேயிருக்கும். போர்ஹேயின் 'Brodie's Report' சிறுகதைத் தொகுப்பையும் ஜோஸ் சாமகோவின் 'The Gospel According to Jesus Christ' நாவலையும், சார்த்ரேயின் 'Saint Genet' நூலையும் ராமய்யா கடந்த ஆறுமாதக் காலமாக வைத்துக்கொண்டிருக்கிறான். ராமய்யாவிற்கு ஆங்கிலத்தில் சரளமாகப் படிக்க இயலாது. கடையை மூடிவிட்டு, வீட்டிற்குச் செல்லும்போது, இந்த மூன்று புத்தகங்களையும் எடுத்து ஜோல்னாப் பைக்குள் வைத்துக் கொள்வான். காலையில் கடை திறக்கும்போது, ஜோல்னாப் பைக்குள்ளிருந்து அந்த மூன்று புத்தகங்களையும் எடுத்து, வெளியே பலரும் பார்க்கிறமாதிரி வைத்துக்கொள்வான். அவ்வப்போது படிக்கவும் செய்வான். கண்கள் பக்கங் களைப் பார்த்துக்கொண்டிருக்கும். மூளைதான் சரியாகக் கிரகித்துக்கொள்ளாது.

'Brodie's Report' புத்தகத்தின் ஒரு பக்கத்தை ராமய்யா வின் கண்கள் பார்த்துக்கொண்டிருந்தபோது, உள்ளே

நுழைந்தான் மகாதர்மன். கார்ச் சாவியைக் கைவிரலில் மாட்டிச் சுழற்றிக்கொண்டே வந்தான். "என்ன கடல், காபி சாப்பிடறீங் களா?" என்றான். கடல் "சரி" என்றதும் அருகிலிருந்த காபி ஷாப்பிற்குள் நுழைந்து காபிக்கு ஆர்டர் கொடுத்து, கடலுக்கும் ஒரு காபி அனுப்பச் சொன்னான்.

மகாதர்மனின் இயற்பெயர் சங்கரலிங்கம். அவனின் தாய், கஸ்தூரிபாய் மகப்பேறு மருத்துவர். தந்தை குருமூர்த்தி உயர்நீதிமன்ற வழக்கறிஞர். சங்கரலிங்கம் அரசுக் கல்லூரியில் இயற்பியல் ஆசிரியராகப் பணிபுரிகிறான்.

அந்நேரம் வியர்வையைத் துடைத்துக்கொண்டே ஒருவன் புத்தகக் கடையின் கதவைத் திறந்துகொண்டு நுழைந்தான். நுழைந்தவன், சிற்றிதழ்கள் வைக்கப்பட்டிருந்த பகுதிக்குச் சென்று அவற்றைப் புரட்டிப் பார்த்துக்கொண்டிருந்தான். பிங்க் கலரில் டீ சர்ட் அணிந்திருந்தான். அவன் தலைமுடியை வலப்புறமாக உச்சி எடுத்து இடதுபுறமாகச் சீவியிருந்தான். சிற்றிதழை வலது கையில் வைத்து இடது கையால் பக்கங் களைப் புரட்டிக்கொண்டிருந்தான். அவன் புதியவனாகத் தெரிந்ததால் கடல் அவனருகே சென்று அவனைப் பற்றி விசாரித்தான். அவன் தனது பெயர் சூரியசந்திரன் என்றும் உயிர்மையில் இரண்டு கவிதைகளும் காலச்சுவடில் ஒரு கதையும் பிரசுரமாகியிருப்பதாகவும் உயிர்எழுத்து பத்திரிகைக்கு இரண்டு கவிதைகள் அனுப்பியிருப்பதாகவும் கூறினான். எழுத்துலகிற்குப் புதியவன் என்றும் கூறினான்.

மகாதர்மன் காபி ஷாப்பிலிருந்து வெளியேறி புத்தகக் கடையில் நுழைந்து அங்கிருந்த சேரில் அமர்ந்து, "இன்று நாம் பார்க்க வேண்டிய பார்வை பின்நவீனத்துவப் பார்வை. எதிர்க்க வேண்டிய இலக்கு உலகமயமாதல்" என்றான். "உற்பத்தியையும் வினியோகத்தையும் சீராக்கினால் எல்லாப் பிரச்சினைகளும் சீராகிவிடும்" என்றான் கடல்.

"நான் என் நண்பன் கனகவேலிடம் பேசிக்கிட்டிருந்தேன். எல்லா நிலத்தையும் பொதுவிலே வைச்சு எல்லோரும் விவசாயம் பண்ணி எல்லாத்தையும் அரசாங்கத்துக்கிட்டே கொடுத்து நாம சம்பளம் மட்டும் வாங்கிக்கிட்டா எவ்வளவு நல்லா இருக்கும்னு சொன்னேன். அப்படின்னா எங்கிட்டே இருக்கற ரெண்டு ஏக்கர் விவசாய நிலத்தையும் எடுத்துக்கிட்டு என்னைச் சம்பளத்துக்கு வேலை பாக்கச் சொல்றியான்னு கேக்கறான். இந்த மாதிரி ஆட்களை வைச்சுக்கிட்டு எப்படிச் சமத்துவத்தை உருவாக்கறது?" என்றான் கடல்.

நானும் ஒருவன்

நாளை மறுநாள் கல்லூரியில் நடைபெறவுள்ள கருத்தரங்கில் பின்நவீனத்துவம் பற்றிப் பேச இருப்பதாகக் கூறிய மகாதர்மன் பேண்ட்டின் பின்புற பாக்கெட்டில் வைத்திருந்த ஒரு கவரை எடுத்து, அதிலிருந்த பேப்பர்களை எடுத்தான். "நான் என் கட்டுரையை இவ்வாறு ஆரம்பிக்கிறேன்" என்று கூறிப் படிக்க ஆரம்பித்தான்.

"பின்நவீனத்துவம் என்பதை இன்னதுதான் எனத் துல்லியமாக வரையறுப்பதில் இடர்ப்பாடுகள் இருப்பினும், அதனை விளக்கிடும் முகத்தான் அத்துறை சிந்தனையாளர்களால் தரப்படும் கருத்துகள் ஓரளவேனும் இதனை வரையறைப்படுத்திச் சட்டமாக ஆக்கிடப் பெரிதும் உதவுகின்றன எனக் கூறிட அதிகம் இடமுண்டு. எனவே பின்நவீனத்துவம் குறித்து மேலும் தெளிவுபெற, இதுகுறித்துப் பல சிந்தனையாளர்களும் தந்துள்ள கருத்துக்களை நிரல்படுத்திக் காண வேண்டியது இன்றியமையாததாகிறது."

சூரியசந்திரன், ஒரு சிற்றிதழை எடுத்துக்கொள்வதாகக் கூறி இடது கை பாக்கெட்டிலிருந்து பர்ஸை எடுத்து, வலது கையினால் திறந்து இடது கையினால் பணத்தை எடுத்துக் கொடுத்தான். மகாதர்மன் வாசித்துக்கொண்டிருப்பதைப் பார்த்து அவனும் அங்கிருந்த திண்டு போன்ற இருக்கையில் அமர்ந்தான்.

மகாதர்மன் படித்துக்கொண்டிருந்தான். "குறுகி நிறுவனப் படாமல், தொடர் வர்ணனை பற்றிப் பிறிதொரு வர்ணனை செய்துகொண்டே, விழிப்போடு இருக்கும் ஒருவகை முரண்பாடே பின்நவீனத்துவம்.

பின்நவீனத்துவம் என்பது என்னவெனில் அது ஒரு பெருங் குழப்பம். பலநோக்குப் பார்வை கொண்டது. அடிப்படையில் எல்லாவற்றோடும் முரண்பாடு கொள்வது.

மேற்கு நாடுகளில் இதுவரை ஏற்றுக்கொள்ளப்பட்டவைகளின் மீது கொண்டுள்ள பார்வையை வெறுப்போடு திருப்பிக் கொள்ளுதலே பின்நவீனத்துவம் என்பார் பார்த் என்ற சிந்தனையாளர்.

பின்நவீனத்துவம் என்பது விளையாட்டுத்தனமானது. எதனையும் முழுமையாக்கும் மையம் அல்லது புனைகதை, புராணங்களினின்று இது விலகிச்செல்லும்.

தன்னையே உணர்வதன் மூலம், அனைத்தையும் ஒருங்கிணைக்கும் மையம் எதனையும் ஒதுக்கி அல்லது தொடர்ந்து நேர்கோட்டிலேயே செல்லும் போக்கினைக் கொள்ளாது, பலப்பல வாய்ப்புகளைத் தருகிற ஒருபோக்கே பின்நவீனத்துவம்."

இந்தச் சமயத்தில் *'Brodie's Report'* புத்தகம் அவர்கள் முன் துள்ளி விழுந்து புத்தகத்திலிருந்த எழுத்துகள் உதிர்வது போல் தோன்றியது. அடுத்த கணத்தில் அந்தப் புத்தகம் மறைந்தது. அந்த இடத்தில் போர்ஹே நின்றிருந்தார். ஷூ, கோட் சூட், டை அணிந்திருந்தார். "ஐ யாம் ஜோர்ஜ் லூயி போர்ஹே" என்று மூன்று பேரிடமும் கை குலுக்கினார். மூவரும் எழுந்து நின்று கைகுலுக்கிக்கொண்டனர். அனைவரையும் அமரச் சொல்லி, சோபா திண்டில் சூரியசந்திரன் பக்கத்தில் போர்ஹே அமர்ந்துகொண்டார்.

அவரின் காது நீளமாக இருந்தது. நாடிக்குக் கீழே சதை லேசாகத் தொங்கியது. மூக்கும் நீளமாக இருந்தது. மூக்கிற்கும் உதட்டிற்கும் இடையே சற்று கூடுதலான இடைவெளி இருப்பது போல் தோன்றியது. புருவங்களில் கறுப்பும் வெளுப்பும் கலந்த முடிகள் அடர்த்தியாக இருந்தன. தலைமுடியை ஏற்றிச் சீவியிருந்தார். அதிக இடைவெளிகளுடன் கொஞ்சம் தலை முடிகளே இருந்தன. முகத்தில் முதுமையின் சுருக்கங்கள். கண்களை இறுக மூடும்போது சுருக்கங்கள் அழுத்தமாகத் தெரிந்தன.

கடையில் வெளிச்சம் கூடியிருப்பதாக தனக்குத் தோன்றியது பிரமைதான் என்று தாவரங்கள், சிப்பி, முத்து, பாறைகள், மண், நண்டு, கணவாய் மீன், விராட்டு ஆகியவற்றையும் இன்ன பிறவற்றையும் கொண்டிருக்கும் கடல் என்பதைப் புனைபெயராகக் கொண்டவனுக்குத் தோன்றியது.

அவரது இருப்பின் முன் அவர்கள் தங்களை சிறுமதி படைத்தவர்களாக எண்ணினர். கடையில் விற்கும் இரண்டு ரூபாய், ஐந்து ரூபாய், பத்து ரூபாய், ஐம்பது ரூபாய் (மகாதர்மன் வசதியானவன்) பேனாவினால் மசி தீரும்வரை ஏதோ எழுதிக்கொண்டிருப்பவர்களாகத் தோன்றி வெட்கப்பட்டனர்.

சார்த்ரேயும் சரமகோவும் தங்கள் புத்தகங்களின் பக்கங்களை உதிர்த்து, நாச்சியாரம்மாள் பதிப்பகத்தைச் சார்ந்த இந்த 'நாச்சியாரம்மாள் அண்ட் கோ' புத்தகக் கடையில் தோன்றி விட்டார்களென்றால் அவர்களை எப்படிச் சமாளிப்பது, உட்கார வைப்பதற்கு வேறு சேர்களுமில்லையே என்று யோசித்துப்

பயந்தான் கடல். அவனுள் வாழும் உயிரினங்கள் வேறு ஒரேயடியாகக் கொந்தளித்துக்கொண்டிருந்தன. அவசரமாக எழுந்தான். எனவே பின்புறத்தில் இடித்துக்கொண்டான். நல்லவேளையாக புத்தகங்கள் விழவில்லை. விழுந்தால், அவற்றின் எழுத்துக்கள் இந்த வினோத வேளையில் உதிர்ந்து, அவற்றிலிருந்து அந்தந்த எழுத்தாளர்கள் உருவாகி வந்தால் என்ன செய்வது என்ற பிரச்சினை வேறு ஏற்பட்டிருக்கும். அவசரமாகப் பின்புறத்தில் இடித்துக்கொண்டு எழுந்தவன். சார்த்ரேயின் நூலையும் சரமகோவின் நூலையும் எடுத்துப் பெட்டியைத் திறந்து பெட்டிக்குள் வைத்துப் பெருமூச்சு விட்டான். போர்ஹே காலாட்டிக்கொண்டிருந்தார். மகாதர்மன் படிப்பதை நிறுத்தியிருந்தான். சூரியசந்திரன் போர்ஹேயைப் பார்த்த திகைப்பிலிருந்து மீளமுடியாதிருந்தான்.

"நான் இந்தியாவைக் களமாக வைத்து எழுதிய 'The Approach to Al–Mu'tasim என்ற கதையைப் படித்திருக்கிறீர்களா?" என்று கேட்டுக் கண்களை இறுக மூடிக்கொண்டார் போர்ஹே. எழுத்தாளரின் முகச்சுருக்கங்கள் என்பதால் அவை மிக அழகாகவும் வியப்புக்குரியதாகவும் இருந்தன.

சூரியசந்திரன் "நான் படித்திருக்கிறேன்" என்றான். அதில் வரும் ஒருவரியை எனக்கு மறக்க முடியாது. "The soul of an ancestor or teacher may enter into the soul of an unhappy or unfortunate man, to comfort or instruct him" என்று இடதுகைப் பழக்கமுடைய அவன், தனது வலதுகையினால் இடது பக்க முடியைக் கோதியபடி கூறினான்.

போர்ஹே, கடலைப் பார்த்தார். கடல், மாணவன்போல் எழுந்து நின்று, "நான் வைத்திருந்த நீங்கள் இப்போது உருவாகி வந்த 'Brodie's Report' தொகுப்பில் அந்தக் கதை இடம் பெறவில்லை" என்றான். சொற்பமாகவே போர்ஹேயின் எழுத்து களைப் படித்திருந்த, மனதில் அவை பற்றிய பதிவுகள் ஏதும் இல்லாமலிருந்த மகாதர்மன் கூறினான்: "உங்கள் புத்தகங்களை நான் விரும்பிப் படித்திருக்கிறேன். ஆனால் நீங்கள் கூறியுள்ள அக்கதை என் நினைவில் இல்லை."

"உங்கள் பெயர் என்ன?" என்றார் போர்ஹே.

"மகாதர்மன்" என்றான்.

"மாசி மாதம் பௌர்ணமி தினத்தன்று, சில விஷயங்கள் தர்மனுக்கு மறந்துபோகும் என்றும் அது எந்த விஷயங் கள் என்று அவனுக்கு முன்கூட்டியே தெரியாது என்றும்

வியாசன் எழுதியிருப்பது நினைவிற்கு வருகிறது" என்று கூறிப் புன்னகைத்தார் போர்ஹே.

"நான் எழுதிய வாசகம் என்னிடம் திரும்பச் சொல்லப் படும்போது, அந்த வாசகம் என்னை மீண்டும் சிந்திக்கத் தூண்டுகிறது. நான் சாதாரணமாக எழுதிய வாசகம் தற்போது பிரம்மாண்டமாக, பல அர்த்தங்களுடன் என் முன் இருப்பதாக உணர்கிறேன். இதுகுறித்து நான் மேலும் சிந்திக்க வேண்டி யிருக்கிறது" என்ற போர்ஹே, சூரியசந்திரனைப் பார்த்தார்.

"உன்னை எப்படி இந்த வாசகம் ஈர்த்தது" என்றார்.

"நான் சிக்கலிலும் சிரமத்திலும் இருக்கும்போது, இறந்து போன என் தாத்தா என்னை மறைவில் நின்று வழி நடத்திச் செல்கிறார்" என்றான் சூரியசந்திரன்.

"காபி சாப்பிடுகிறீர்களா?" என்று வியாசனின் தர்மன் சார்ந்த புனைவை போர்ஹேவுக்கு உருவாகக் காரணமாக இருந்த மகாதர்மன் கேட்டான்.

"இட்டாலியன் காபி" என்றார் போர்ஹே.

மகாதர்மன் காபி ஷாப்பிற்குள் நுழைந்து, ஸ்பானிஷ் மொழியில் எழுதும் பிரபல எழுத்தாளர் ஒருவர் வந்திருப்பதாகக் கூறி காபியைக் கொண்டுவரச்சொல்லி, மீண்டும் வந்து புத்தகக் கடையில் அமர்ந்தான்.

அமைதி நிலவியது. அமைதி இந்த வினோத வேளையை இறுக்கியது. சார்த்ரேயின் நூலும் சரமகோவின் நூலும் பெட்டி மூடியைத் திறந்து வெளியே வந்துவிடுமோ என்ற பிரமையால் உட்கார்ந்திருந்த இடத்திலிருந்து எழுந்து பெட்டியின் மீது அமர்ந்தான் கடல்.

"பின்நவீனத்துவம் என்ற பார்வை உருவாகும் முன்னரே நான் எழுதிய சிறுகதைகளை எவ்வாறு வகைப்படுத்துவீர்கள்" என்றார் போர்ஹே.

ஆழமான சிந்தனைகள் இல்லாமல் அடுத்த நொடியிலேயே "உங்கள் கதைகள் பின்நவீனத்துவக் கதைகள்தான்" என்றான் மகாதர்மன்.

"இருப்பதை இல்லாததாகவும் இல்லாததை இருப்பதாகவும் பாவிக்கும், மனிதர்கள் நிறைந்த பூமி இது" என்றார் போர்ஹே, கோட்டைத் தளர்த்திக்கொண்டே.

இந்த வாசகத்தைப் பற்றி, வியாசனின் தர்மனை நினைவுபடுத்திய மகாதர்மனும் போர்ஹேயின் வாசகத்தை அவரிடமே திருப்பிச்சொன்ன சூரியசந்திரனும் அடுத்தநாள் மீன் சாப்பிட வேண்டும் என்று தற்போது நினைத்துக்கொண்டிருக்கும் கடலும் யோசித்துக்கொண்டிருந்தனர். இட்டாலியன் காபி வந்தது. அதை போர்ஹே அருந்தினார்.

காபி கோப்பையைக் கீழே வைத்துவிட்டு "நான் இந்தக் கதைக்குள் நுழைந்ததும் கதையின் நடை மாறிவிட்டதாக உணருகிறேன். சரி, நடந்ததை நடக்க விதிக்கப்பட்டதாக நினைக்கும் மனங்களைப் பற்றி யோசித்துப் பாருங்கள்..." என்று சொல்லிக்கொண்டிருக்கும்போதே போர்ஹே நொறுங்கி எழுத்துகளாக மாறி, அவர் மறைய, புத்தகம் மட்டும் கீழே கிடந்தது. அதை அவசரமாக எடுத்துப் பெட்டிக்குள் வைத்து மூடினான் கடல்.

சூரியசந்திரன் டி.வி.எஸ்.50. மொபெட்டில் வீட்டை நோக்கிச் சென்றுகொண்டிருந்தான். மொபெட்டிலிருந்து 'கிடுக் கிடுக்' என்று ஒரு சத்தம் வந்துகொண்டிருந்தது. வண்டியில் பல கோளாறு இருப்பதால், அதைச் சரிசெய்ய வேண்டும் என்று அடிக்கடி நினைப்பான். ஆனால் பணம் இல்லாததால் அவனால் அவற்றைச் சரி செய்ய முடியவில்லை. அவன் ஒரு தனியார் கம்பெனியில் மாதம் ரூபாய் ஐயாயிரம் சம்பளத்திற்கு வேலை பார்த்துக்கொண்டிருக்கிறான். அப்பா, அம்மாவுடன் வசிக்கிறான். ஒரு தங்கை இருக்கிறாள். அப்பா சில கடைகளுக்குக் கணக்கு எழுதிக்கொடுக்கிறார். தங்கை பி.ஏ. புவியியல் படித்துவிட்டு வீட்டில் இருக்கிறாள். திருமணம் பண்ணிக் கொடுக்க வழியில்லை. சிறிய வீடு. சிறிய அறையில் அப்பா அம்மா தங்கையுடன் சிறிய இடைவெளிகளில் படுத்திருப்பது அவனுக்குச் சங்கடமாக இருப்பதால் மொட்டை மாடியில்தான் அவன் இரவு வேளையில் படுத்திருப்பான். தங்கை வேலைக்குச் செல்ல அனுமதிக்குமாறு கேட்டுக்கொண்டிருக்கிறாள். தந்தை அனுமதிக்காமல் இருக்கிறார். சர்வீஸ் கமிஷன் பரீட்சை எழுதி அவனாலும் அவளாலும் தேர்ச்சி பெறமுடியவில்லை. தற்போது இருவரும் விண்ணப்பித்திருக்கிறார்கள். தீவிரமாகப் படித்துக்கொண்டிருக்கிறார்கள். மூன்றாம் ஆங்கில – மைசூர் போர் எந்த ஆண்டு துவங்கி, யார் யாருக்கு இடையே நடைபெற்றது என்று.

சூரியசந்திரன், மொபெட்டை நிறுத்திவிட்டு வீட்டுக்குள் நுழைந்தான். அவன் அம்மா முறுக்கு சுட்டுக்கொண்டிருந்தார். தங்கை உதவிக்கொண்டிருந்தாள். சுட்ட முறுக்குகளைப் பக்கத்துக்

கடைகளில் கொடுத்து விற்றபின் கணக்கு வைத்து பணம் வாங்கி வருவார்கள். முறுக்கு சுட்டு முடித்தபின் தோசை ஊற்றித்தருவதாக அம்மா கூறியதால், அவன் பாய், தலை யணையை எடுத்துக்கொண்டு மொட்டை மாடிக்குச் சென்றான். படுக்கையை விரித்துப்படுத்து வானத்து நட்சத்திரங்களைப் பார்த்தான். தங்கைக்கு எப்படித் திருமணம் நடக்கப்போகிறது என்ற துயரம் அவனைக் கவ்வியது. காதல் திருமணம் என்றால் குறைத்து செலவழிக்கலாம். அதற்கும் வழியில்லை. ஒருவழியும் தெரியவில்லையே என்று சிந்தித்துக்கொண்டிருந்தான்.

கடலின் வீடு, புத்தகக் கடையிலிருந்து நடக்கும் தூரம்தான். அவனின் தந்தை பலசரக்குக்கடை வைத்திருக்கிறார். வீட்டின் முன் பகுதியில் பலசரக்குக்கடை உள்ளது. பின்பகுதியில் குடியிருக்கிறார்கள். அவனுடைய தந்தை முன்பு ஒரு மொத்த வியாபாரக் கடையில் வேலை பார்த்து தற்போது தனியாக இந்தப் பலசரக்குக்கடை வைத்திருக்கிறார். கடலின் அண்ணன் பலசரக்குக் கடையில் தந்தைக்குத் துணையாக இருக்கிறான். கடலுக்கும் ஒரு கடை வைத்துக் கொடுக்க வேண்டும் என்ற எண்ணம் அவன் தந்தைக்கு உண்டு. காலம் கனியவில்லை.

கடல் வீட்டுக்குள் நுழைந்தான். கத்தரிக்காய் புளிக் குழம்பும் உருளைக்கிழங்கும் இருந்தன. உப்புக்கண்டத்தைப் பொரிக்கச் சொன்னான். நாளை மீன் சாப்பிட வேண்டும் என்ற எண்ணத்தை, தாயாரிடம் சாப்பிடும்போது கூறினான்.

மகாதர்மன் ஹுண்டாய் காரில் நோக்கியா அலைபேசியில் மனைவியுடன் பேசிக்கொண்டிருந்தான். வரும்போது மல்லிகைப் பூ வாங்கி வருமாறு மனைவி கூறினாள். அவனின் மனைவி உலக வங்கியில் நல்ல பதவியில், நல்ல சம்பளத்தில் பணி புரிகிறாள். தனது மனைவி உலக வங்கியில் பணிபுரிவதை சிந்தனையாளர்களிடமும் நண்பர்களிடமும் கூறும்போது அவனுக்கு அவமானமாகவும் கூச்சமாகவும் இருக்கும். இதைப் பலமுறை அவன், மனைவியிடம் கூறியிருக்கிறான். இதில் சங்கடப்பட என்ன இருக்கிறது; பெருமைப்படத்தானே வேண்டும் என்று அவள் நினைத்துக்கொள்வாள். ஏதோ தப்பான புத்தகத்தைப் படித்துவிட்டுத் தப்பாகச் சிந்திக்கிறான் என்பதுதான் அவளின் நிலைப்பாடு. அவர்களுக்கிடையே அடிக்கடிச் சிந்தனைச் சண்டைகள் ஏற்பட்டாலும் காமத்தில் இருவரும் கெட்டிக்காரர்களாகவும் உடல்ரீதியாக ஒருவருக் கொருவர் ஈர்ப்புக் கொண்டிருப்பதாலும் அவர்களுக்குள் சமரசம் ஏற்பட்டுவிடும்.

மகாதர்மன், காரை நிறுத்திக் கூர்க்காவிடம் கேட்டை அடைக்குமாறு கூறிவிட்டு, பங்களாவுக்குள் நுழைந்தான். பெரிய ஹாலில், விலையுயர்ந்த சொகுசு சோபாவில் அமர்ந்து தொலைக்காட்சி பார்த்துக்கொண்டிருந்த அவன் தந்தை, தொலைக்காட்சியை அணைத்துவிட்டு, அவனிடம் கூறினார்.

"கிழக்குத் தாம்பரத்திலே ஒரு கிரவுண்ட் இடம் விலைக்கு வருது. நல்ல இடம். நான் பார்த்துட்டேன். வர்ற ஞாயிற்றுக் கிழமை ஆள் அனுப்பறேன். போய் பாத்துட்டு வந்துரு. சப் – ரெஜிஸ்ட்ரார் மதிப்புக்கும் நடப்பு மதிப்புக்கும் நல்ல வித்தியாசம் இருக்கு. ரெண்டாம் நம்பர் பணத்தைக் கணக்குக்குக் கொண்டு வந்திரலாம்" என்றார்.

"போனமாதம் வாங்கின இடத்தை பென்சிங் போடணும்னு பேசினோமே, போட்டாச்சா" என்றான் மகாதர்மன்.

அவர் "போட்டாச்சு" என்றார்.

ஆடைகளை மாற்றிவிட்டு, டைனிங் டேபிளில் சாப்பிட அமர்ந்தான். சமையல் செய்யும் பெண் டேபிளில் உணவுகளை எடுத்துவைத்திருந்தாள். அப்பெண் தட்டை எடுத்துவைத்தாள். அவன் மனைவி மாடியிலிருந்து இறங்கிவந்தாள். வரும்போது அவள் மார்புகள் அசைவதை அவன் பார்த்தான், சமையல் பெண்ணைத் தள்ளி இருக்கச் சொல்லிவிட்டு அவள் பரிமாறி னாள். அவளும் சேர்ந்து சாப்பிட்டாள். அவள் குளித்து, பளிச்சென்று மலர்ச்சியுடன் இருந்தாள். அவள் நடவடிக்கை களும் பாவனைகளும் இன்று இரவு அவள் காமத்தை வரவேற் கிறாள் என்று தோன்றியது.

அவன் படுக்கையில் சாய்ந்து நாளை வாசிக்கப்போகும் பின்நவீனத்துவம் பற்றிய கட்டுரையைப் பார்த்துக்கொண் டிருந்தான். அவள், அவன் வாங்கிவந்த மல்லிகைப்பூவைச் சூடி பெரிய நிலைக்கண்ணாடி முன் அழகு பார்த்தாள். பின் படுக்கையில் படுத்தாள். அவன் கட்டுரையைப் புரட்டிக் கொண்டிருந்தான். அவள் எழுந்து பாத்ரூம் போய்விட்டு வந்தாள். மேஜையில் இருந்த தண்ணீரை ஊற்றிக் குடித்தாள். "என்ன படிச்சிக்கிட்டிருக்கீங்க" என்றாள். அவன் "நாளை வாசிக்க வேண்டிய பின்நவீனத்துவம் பற்றிய கட்டுரை" என்றான்.

"பின்நவீனத்துவம்னா என்ன? குனிஞ்சு நின்னு பின் பக்கமா செக்ஸ் வைச்சுக்கிறதா? இந்தா இப்படியா?" என்று மேஜையில் கைகளை வைத்து, காலை அகட்டி பின்புறத்தைக்

காட்டி நின்றாள். அவன் பின்நவீனத்துவக் கட்டுரையை எறிந்து விட்டு அவளைப் பின்புறமாகச் சேர்ந்தான். கட்டுரை காற்றில் படபடத்துக்கொண்டிருந்தது.

இந்தக்கதையை என் மதிப்பிற்குரியவரும் பின்நவீனத்துவத்தை அறிந்தவரும் சென்ற ஆண்டு மார்ச் மாதம் லண்டனில் நடந்த சர்வதேச கருத்தரங்கில், *"Beyond the author: A Post Modernistic Approach to Literature"* என்ற தலைப்பில் கட்டுரை வாசித்தவருமான பேராசிரியர் ஆல்பிரட் சின்னத்துரையிடம் காட்டினேன். அவர் 'இது சரியான பின்நவீனத்துவக் கதை' என்றார். உலக அளவில் பின்நவீனத்துவ சிந்தனையாளர்களால் கவனிக்கப் படும் சிந்தனையாளர்களில் ஒருவரான ஜெனிபர் மங்கையற்கரசியும் அப்போது உடனிருந்தார். அவரும் பேராசிரியர் கூறியதை ஆமோதித்தார்.

***உயிர்மை*, மே 2012**

கணியன் பூங்குன்றனார்

கணியன் பூங்குன்றனார் மேல்நிலைப் பள்ளிச் செயலாளர் அறிவழகனும் பொருளாளர் பெரியஅரசும் அடுத்த நாள் காலை சென்னை செல்ல வேண்டும் என்று திட்டமிட்டிருந்தார்கள். இருவரின் கார் ஓட்டுநர்களும் கூடப் பிறந்த அண்ணன் தம்பிகள். ஓட்டுநர்களின் தாயார் இறந்துவிட்டதாகக் காலையில்தான் செய்தி கிடைத்தது. இருவரும் வாடகைக்காரில் அவர்கள் வீட்டிற்குச் சென்று வந்தார்கள். "நாளைக் காலை சென்னை செல்ல வேண்டியிருக்கிறது. பெரும் பணத்தைக் கொண்டு செல்ல வேண்டியிருக்கிறது. வாடகைக்காரில் செல்வது உசிதமல்ல. ஒரு நல்ல ஓட்டுநரைக் கண்டுபிடித்து, சொந்த வண்டியில் செல்வதுதான் உசிதமானது" என்று அறிவழகன் யோசித்துக்கொண்டே வந்தார்.

அறிவழகனும் பெரியஅரசும் காண்ட்ராக்டர்களாகத் தொழில் செய்கிறார்கள். இவர்கள் ஒப்பந்தம் எடுக்கும் துறையில், இவர்களை மீறி வேறு யாரும் ஒப்பந்தம் எடுக்க முடியாது. ஒப்பந்தப் படிவத்தைக் கணினியில் பதிவிறக்கம் செய்துகொள்ளலாம்; யார் வேண்டுமானாலும் துறையில் ஒப்பந்தப் படிவத்தைப் பெற்றுக்கொள்ளலாம் என்று விதிகளில் இருந்தாலும் நடைமுறையில் கடைப்பிடிக்கப்படுவதில்லை. பெரும் தொகை ஒப்பந்தம் அறிவழகனுக்குக் கிடைப்பதற்கான கமிஷன் தொகையை உரியவரிடம் சேர்ப்பதற்குத்தான் அவர்கள் இருவரும் நாளைக் காலை சென்னை செல்கிறார்கள். இது தவிர, கனடா செல்லும் அறிவழகனின் தங்கை மகனிடம் தங்கை வீட்டிலிருந்து கொடுத்தனுப்பிய இரண்டு பெட்டிகளைச் சேர்க்க வேண்டும்.

நல்ல ஓட்டுநர் வேண்டும் என்று ஆல் இன் ஆல் முருகேச னிடம் கேட்போம் என்று அறிவழகனுக்குத் தோன்றியது. லௌகீகக் காரியங்களில் ஏதாவது உதவி தேவைப்பட்டால் முருகேசனைத்தான் அவர் தொடர்புகொள்வார். முருகேசனிடம் தொடர்பு கொண்டபோது விவரத்தைத் தெரிந்துகொண்டு மீண்டும் கூப்பிடுவதாகச் சொல்லி அவ்வாறே கூப்பிட்டான்.

“அண்ணே வணக்கம்ணே ... ஒரு பையன் இருக்கான். சேகர்னு பேரு ... அய்யரு ... நல்லா பொறுமையா ஓட்டுவான். ஒரு இண்டிகா வைச்சு ஒரு டிராவல்ஸோட லிங்க் வைச்சு ஓட்றான். நாளைக்கு ஃப்ரீயாத்தான் இருக்கான் ... அய்யரு. பொறுமையா ஓட்டுவாண்ணே பயமில்லாமல் போயிட்டு வரலாம்ணே ... ஒங்க போன் நம்பரைக் கொடுத்துப் பேசச் சொல்லவா ... சரிங்கண்ணே பேசச் சொல்றேண்ணே ...”

சொல்லியபடியே சேகர், அறிவழகனிடம் தொலைபேசியில் பேசினான். அவர் காலையில் ஆறு மணிக்கு வீட்டு அடையாளம் சொல்லி அவனை வரச்சொன்னார். பெரியஅரசு “அய்யருன்னா நாம கறிச் சாப்பாடு சாப்பிடறப்ப அவனுக்குச் சைவ ஓட்டல் தேடணுமே” என்றார். “அது பிரச்சினையில்லை ... ஒழுங்கா வண்டி ஓட்டிட்டு போயிட்டு வரணும் அதான் முக்கியம்” என்றார் அறிவழகன்.

காலையில் ஐந்தே முக்கால் மணிக்கு சைக்கிளில் வந்திறங்கி னான், சேகர். அறிவழகனும் பெரியஅரசும் தயாராக இருந்தனர். சேகர் முடி நிறைய வைத்திருந்தான். அடத்தியான மீசை இருந்தது. ஒல்லியாக இருந்தான். போஷாக்கு இல்லாத உடல் போலத் தோன்றியது. அதே சமயம் முறுக்கேறி மெலிந்த உடல் போலவும் தோன்றியது. அவன் பேச்சில் பிராமண பாஷை இல்லை. தோற்றத்திலும் பேச்சிலும் பிராமணன் என்பது தெரியக் கூடாது என்று கவனமாக இருந்தான்.

காரில் பெட்டிகளையும் பைகளையும் ஏற்றியாயிற்று. பணப்பையைக் கால் வைக்குமிடத்தில் அறிவழகன் வைத்துக் கொண்டார். கார் கிளம்பியது. காரைக் கிளப்புவதற்கு முன் சேகர் ஏதோ ஸ்தோத்திரத்தை முணுமுணுப்பதை அறிவழகன் கவனித்தார். அவருக்கு எரிச்சலாக இருந்தது. கார் சற்றுத் தூரம் சென்றதும் பெரியஅரசு காரை நிறுத்தச் சொன்னார். நெளிந்துகொண்டே “அண்ணே ரொம்ப தூரம் போறோம். ஒங்களுக்குப் புடிக்காது ... சாமிக்கு ஒரு தேங்காயை உடைச்சிர லாம்” என்று, பைக்குள்ளிருந்து ஒரு தேங்காயை எடுத்துக் கொண்டு கீழே இறங்கினார். ஒரு அரசமரத்தின் முன் சில ஆயுதங்கள் வைக்கப்பட்டிருந்தன. மரத்தின் அடிப்பாகத்தில்

சேலையைப் பாவாடை மாதிரி கட்டியிருந்தார்கள். மரத்தில் "சந்தனத்தையும் குங்குமத்தையும் அப்பியிருந்தார்கள். ஒரு பலகையில் 'சீலைக்கார அம்மன்' என்று எழுதப்பட்டிருந்தது. பெரியஅரசு சிதறு தேங்காய் உடைப்பதை, அறிவழகன் எரிச்சலுடன் பார்த்தார்.

பெரியஅரசு காரில் ஏறியதும் அறிவழகன் கூறினார் "ஒங்க அப்பன் பெரிய சுயமரியாதைக்காரன் ... நீ என்ன டான்னா ... மரத்துக்கு தேங்காய் ஒடைக்கிறே ... வண்டிலே பெட்ரோல் இருக்கா, ஆயில் இருக்கா, பிரேக் சரியா இருக்கா. எல்லாம் கண்டிசன்லே இருக்கான்னுதான் பாக்கணும். தேங்காய் வந்து வண்டிக்கு என்ன செய்யும்?"

"சாமி பாட்டு சி.டி. இருக்கா ... போடவா ..." என்று கேட்க நினைத்த சேகர் இந்த உரையாடலைக் கேட்டதும் பேசாமலிருந்துவிட்டான். "அண்ணே இளையராஜா சி.டி. கொண்டாந்திருக்கேன் ..." என்று இழுத்தார், பெரியஅரசு.

"அதை வையி அப்புறம் கேட்போம் ... டேய் தம்பி அங்க ஒரு சி.டி. இருக்கும். அத எடுத்துப்போடு" என்றார், அறிவழகன். "எங்கள் திராவிடப் பொன்னாடே" என்ற பாட்டு ஒலித்தது. அடுத்து "அச்சம் என்பது மடமையடா அஞ்சாமை திராவிடர் உடமையடா" என்ற பாட்டு ஒலித்தது. பெரியஅரசு ஜன்னல் வழியே வெளியே வேடிக்கை பார்த்துக்கொண்டு வந்தார். நல்ல குரலில், நல்ல இசையில் பாட்டுக்கள் அமைந் திருப்பதாகச் சேகருக்குத் தோன்றிய அதே சமயம் இந்தப் பாட்டுகள் அவன் உள் மனத்தில் சங்கடங்களை ஏற்படுத்தியது.

வழியில் ஒரு ஓட்டலில் காலை உணவு சாப்பிட்டார்கள். தனியே வேறு ஒரு டேபிளில் உட்காரப்போன சேகரை, அறிவழகன் தங்கள் டேபிளுக்கு வரச்சொல்லி உட்கார வைத்தார். காலை உணவு சாப்பிட்டுவிட்டு, திரும்பவும் காரில் ஏறி சென்னையை நோக்கிச் சென்றார்கள். வெயில் ஏறிக் கொண்டிருந்தது.

பெரியஅரசு கண்களை மூடிக்கொண்டு ஓரமாய்ச் சாய்ந்து விட்டார். அறிவழகன், காரை நிறுத்தச்சொல்லி, முன் சீட்டிற்கு மாறி உட்கார்ந்தார். கார் ஓடிக்கொண்டிருந்தது. சற்று நேரம் பேசலாம் என்று தோன்றியதால் பாட்டை நிறுத்தச் சொன்னார்.

"ஓம்பேரென்ன மறந்து போச்சு ..."

"சேகர்."

"என்ன படிச்சுருக்கே?"

"ஏழாவது வரைக்கும்."

"ஏன் மேலே படிக்கலை?"

"நான் ஏழாவது படிக்கிறப்ப அப்பா இறந்து போயிட்டாரு. நான் வேலைக்குப் போயி சம்பாதிச்சாத்தான் குடும்பத்தைக் காப்பாத்தணும்னு நெலைமை . . . அதனாலே படிப்பை விட்டுட்டேன்."

"அப்பா என்ன வேலை பாத்தாரு?"

"சமையல் வேலை."

"சரி. நீ எப்படிக் குடும்பத்தைக் காப்பாத்துனே. ஒங்க குடும்பத்துலே எத்தனை பேரு?"

"நான், அம்மா, எங்க அக்கா, ஒரு தங்கச்சி, ஒரு தம்பி. ஏழாவதுலே படிப்பை விட்டுட்டு ஒரு இரும்புக்கடைலே வேலை பாத்தேன். பிறகு ஒரு அரிசி மண்டியிலே வேலை பாத்தேன். அங்கே என்னை அய்யருன்னு கேலி பண்ணுவாங்க. புடிக்காம அத விட்டுட்டு ஒரு செங்கல்சூளையிலே மேஸ்திரி வேலை . . . அதுக்குப் பின்னாடி ஒரு தவிட்டுக் கடையிலே வேலை . . . இப்படிப் பல வேலை. வேலையை விட்டதும் அடுத்த வேலை கிடைக்கறவரைக்கும் பயங்கர கஷ்டம். அம்மா வடகம், அப்பளம், ஊறுகாய் போட்டு அரசாங்க ஆபீஸ்களுக்குப் போய் வித்துட்டு வருவா."

"உங்க அக்காவுக்கு கல்யாணம் ஆயிருச்சா?"

"ஆயிருச்சு. அதுக்கு மின்னாடியே எனக்கு ஆயிருச்சு. என் வொய்ஃப் நகையை வாங்கிப் போட்டு அக்காவுக்குக் கல்யாணம் பண்ணிக்கொடுத்தோம். அதுலே ஒரு லட்ச ரூபா இன்னும் கடன் பாக்கி இருக்கு."

"மாப்பிள்ளை என்ன பண்றாரு?"

"சமையல் வேலைதான். அக்கா அப்பளம், வடகம், ஊறுகாய் போட்டு விக்கறா."

"ஒனக்கு எத்தனை குழந்தைக?"

"ஒரு பையன் ஒன்னாம் வகுப்பு படிக்கிறான். தங்கச்சி பி.ஏ. ஹிஸ்டரி படிச்சிருச்சு. கரெஸ்பாண்டன்ஸ்லே எம்.ஏ. ஹிஸ்டரி படிச்சு பாஸ் பண்ணிட்டா. தம்பி, சமையல் வேலைக்குப் போறான் . . ."

"தங்கச்சி வேலைக்குப் போகுதா?"

“இல்லை. வேலை கிடைக்கலை. சேல்ஸ் கேளா போகலாம். போனா வேலை நேரம் முழுக்க நின்னுக்கிட்டேயிருக்கணும். தவிர, பல பேர் பார்வையிலே படற மாதிரி இருக்கும்னு அம்மா வேண்டாம்ங்கிறாள்.”

“சொந்தமா இண்டிகா வைச்சிருக்கிறதா முருகேசன் சொன்னாரே ..?

“அது என் மச்சினனுக்குச் சொந்தம். பிழைக்கறதுக்காகக் கொடுத்திருக்கிறாரு. வண்டி ஓடுச்சுனா நான் அவருக்கு ஒரு தொகை கொடுக்கணும்.”

கார் ஓடிக்கொண்டிருந்தது. அறிவழகன் ஏசியைக் கூட்டினார். பணப்பை பின்னால் இருப்பது நினைவிற்கு வந்தது. மாறி உட்கார்ந்தபோது பணப்பையையும் எடுத்துக் கொண்டு வந்து காலுக்கருகில் வைத்திருக்கலாமே என்று தோன்றியது.

கார் சென்னையை அடைந்து அறிவழகனின் தங்கை மகன் வீட்டிற்குச் சென்றது. ஒரு அப்பார்ட்மெண்ட்டில் நான்காவது தளத்தில் அவர்கள் வீடு இருந்தது. இரண்டு பெட்டிகளையும் இறக்கி லிஃப்ட்டில் ஏற்றி நான்காவது தளத்தில் உள்ள வீட்டிற்குக் கொண்டு செல்ல வேண்டும். பெட்டிகளை இறக்கிக் கீழே வைத்ததும் பெரியஅரசு “இந்தா இந்தப் பெட்டிகளைத் தூக்கிட்டு எங்க கூட வா” என்று சேகரைப் பார்த்துக் கூறினார். அறிவழகன் அவரை முறைத்துப் பார்த்தார். “அவனை எதுக்கு இந்த வேலையை பாக்கச் சொல்றே... லிஃப்ட்லேதானே போறோம். அதுவரைக்கும் நாம தள்ளிட்டுப் போயிரலாம்” என்றபடியே அறிவழகன் பெட்டியை இழுத்தார். அவரால் பெட்டியைச் சுலபமாக நகர்த்த முடியவில்லை. அதைப் பார்த்த சேகர், அவரை விலகச் சொல்லி ஒரு லேசான புத்தகத்தை எடுத்துத் தோளில் வைப்பதுபோல அந்தப் பெட்டியைத் தூக்கித் தோளில் வைத்துக் கொண்டான். அவனது வலிமை அவருக்கு ஆச்சரியமாக இருந்தது. அந்தப் பெட்டியை லிஃப்ட்டில் ஏற்றி வீட்டில் இறக்கி வைத்துவிட்டு இன்னொரு பெட்டியையும் அதேபோல் சுலபமாகத் தோளில் வைத்து வீட்டில் இறக்கி வைத்துவிட்டு காருக்குத் திரும்பினான்.

தங்கை மகனிடம் பேசிக்கொண்டிருந்தபோது பணப்பை கீழே காரில் இருப்பது நினைவுக்கு வந்து பரபரப்படைந்தார். உடல் வியர்த்துவிட்டது. பெரிய அரசிடம் பணப்பை கீழே இருப்பதைச் சொல்லி கீழே போகச் சொன்னார். தங்கை

மகனிடம் விடைபெற்றுக்கொண்டு கீழே இறங்கி கார்க் கதவைத் திறந்தார். பெரியஅரசு பணப்பையை மடியில் வைத்துக்கொண்டு உட்கார்ந்திருந்தார். அறிவழகன் காரில் உட்கார்ந்து, அதை வாங்கி தன் காலுக்கருகில் வைத்துக்கொண்டார்.

கமிஷன் தொகையை மாவட்டச் செயலாளரிடம் கொடுப்பதுதான் வழக்கமான நடைமுறையாக இருந்தது. போய்ச் சேர வேண்டிய இடங்களுக்குப் பணம் சேர்ந்து கொண்டிருந்தது. தற்போது என்ன பிரச்சினை என்று தெரிய வில்லை. சென்னை அண்ணாநகரில் குறிப்பிட்ட முகவரியில் இருக்கும் ஜனார்த்தனன் ரெட்டி என்பவரைப் பார்த்து, அவர் கைபேசி மூலம் வந்துள்ளவர் சரியான நபர்தானா என்பதை மாவட்டச் செயலாளரிடம் உறுதிசெய்த பிறகு பணத்தைக் கொடுக்க வேண்டும் என்று சொல்லப்பட்டது.

அண்ணாநகரில் இருக்கும் ஜனார்த்தனன் ரெட்டியின் வீட்டைக் கண்டுபிடிப்பதற்கு அலைச்சலாகிவிட்டது. பெரிய, புதிய வீடாக இருந்தது. கேட்டில் இருந்தவனிடம் விசிட்டிங் கார்டை அறிவழகன் கொடுத்துவிட்டார். கேட் திறந்தது. உள்ளே ஆங்காங்கே சிலர் நின்றுகொண்டிருந்தனர். இடது புறம் இருந்த அறையில் கறுப்பு பேண்ட், வெள்ளைச் சட்டை அணிந்த சிவந்த நிறமுடைய ஒருவர் இருந்தார். அவரிடம் இன்ன ஊரிலிருந்து, இன்ன வேலைக்காக வந்திருக்கிறோம் என்றார், அறிவழகன். அறையில் திராவிட இயக்கத் தலைவர்கள் படங்களும் காங்கிரஸ் இயக்கத் தலைவர்கள் படங்களும் மாட்டப்பட்டிருந்தன. அருகில் பார்த்தபோதுதான் அந்தச் சிவந்த நிறமுடைய மனிதரின் நெற்றியில் மெல்லிய ஒற்றை நாமக்கோடு இருந்தது தெரியவந்தது. ‘நாமமும் போட்டுக் கிறான்ங்க... பெரியார் படத்தையும் வைச்சுக்கிறான்ங்க’ என்று நினைத்துக்கொண்டார்.

அந்தச் சிவந்த மனிதர், உள்ளே சென்று திரும்பி வந்து, அவர்களை அழைத்துக்கொண்டு உள்ளே சென்றார். பெரிய ஆகிருதியுடன் ஜனார்த்தனன் ரெட்டி ஒற்றைச் சோபாவில் அமர்ந்திருந்தார். எதிரேயுள்ள சோபாவில் அறிவழகனும் பெரியஅரசும் அமர்ந்தனர். ஜனார்த்தனன் ரெட்டி நெற்றியிலும் ஒற்றை நாமக்கோடு இருந்தது. அவர்களைக் கூட்டி வந்தவர் நின்றுகொண்டிருந்தார். தெலுங்கில் ஏதோ பேசிக்கொண்டார் கள். கைபேசியில் மாவட்டச் செயலாளரைத் தொடர்புகொண்டு ஜனார்த்தனன் ரெட்டியிடம் கைபேசியை அந்தச் சிவந்த நபர் கொடுத்தார். மாவட்டச் செயலாளரும் தெலுங்கு பேசுபவர் என்பதால் இருவரும் தெலுங்கில் ஏதோ பேசிக்கொண்டனர்.

ஜனார்த்தனன் ரெட்டி கைபேசியை அறிவழகனிடம் கொடுத்தார். மறுமுனையில் பேசிய மாவட்டச் செயலாளர், 'ஏற்கெனவே பேசியபடி கொண்டு வந்திருக்கீங்களா, கொண்டு வந்ததை ரெட்டிகாருட்டே கொடுத்திருங்க' என்றார்.

அறிவழகன் பணப் பையை ஜனார்த்தனன் ரெட்டியிடம் கொடுத்தார். அவர், அதை அந்தச் சிவந்த மனிதரிடம் கொடுத்து அவர்களைக் கூட்டிக்கொண்டு சென்று பணத்தைச் சரிபார்த்து வாங்கிக்கொள்ளுமாறு கூறினார். அவர்கள் மூவரும் இன்னொரு அறைக்குச் சென்றார்கள். பணப்பையைத் திறந்து பணத்தை மேசையில் கொட்டும்போது சில கட்டுகள் கீழே விழுந்தன. பெரியஅரசு அவற்றை எடுத்துக் கொடுத்தார். அறையிலிருந்து வெளியே வந்து, ஜனார்த்தனன் ரெட்டியிடம் விடைபெற்றுக் கொண்டார்கள். விடைபெற்றுக் கொள்ளும்போது "டெண்டர் முடிஞ்சிடும்" என்றார் ரெட்டி.

இருவரும் காரை நெருங்கினார்கள். ஓட்டுநர் இருக்கையைச் சாய்த்து அதில் கண்மூடிப் படுத்திருந்தான் சேகர். சட்டையில்லாத அவன் மேல் உடம்பில் கிடந்த பூணூலைப் பார்த்த கணத்தில் அறிவழகனுக்குள் எதிர்மறை உணர்வுகள் ஏற்பட்டன. பெரியஅரசு "அய்யரே ... அய்யரே ..." என்று அவனைத் தொட்டு எழுப்பினார். எதிர்மறை உணர்வுகள் பெருகியதில், அறிவழகனுக்கு படபடப்பு ஏற்பட்டது. இருக்கையில் அமர்ந்து கண்களை மூடி ஆசுவாசப்படுத்திக் கொண்டார்.

பெல்ஸ்ரோடு நாயர் கடையில் இருவரும் மீன், சுறாப் புட்டு சாப்பிட்டார்கள். சேகர், பக்கத்திலிருந்த சைவக்கடையில சாப்பிட்டான். வேறு வேலை இல்லாததால், ஊருக்குத் திரும்பினார்கள். இரவு ஒன்பது மணிக்கெல்லாம் ஊருக்கு வந்துவிட்டார்கள். சேகருக்குச் சற்று கூட்டியே பணம் கொடுத்தார். சேகர் கிளம்பும்போது "நாளைக்கு ஒன் தங்கச்சியை கூட்டிகிட்டு, ஸ்கூல்லே வந்து என்னைப் பாரு" என்றார். அறிவழகன்.

அடுத்த நாள் காலையில், பள்ளி அலுவலக அறையில் அமர்ந்து, அறிவழகனும் பெரியஅரசும் காபி குடித்துக்கொண்டிருந்தபோது சேகர், தன் தங்கையுடன் நுழைந்தான். அறையில் மாட்டப்பட்டிருந்த பெரியார் படங்களைப் பார்த்தான். அறிவழகன் அவர்களை நாற்காலியில் அமரச் சொன்னார். தங்கை லட்சணமாக இருந்தாள். காது, கழுத்து, கைகளில் தங்க நகைகள் இல்லை. கழுத்தில் கறுப்புக் கயிறு. அதில் முருகன் படம் போட்ட டாலர். கைகளில் ரப்பர் வளையல்கள்,

வலது மூக்கில் ஒரு பொட்டுத் தங்கம், மூக்கு கூர்மையாக இருந்தது. சிவந்த நிறமாகச் சிறு பெண்ணாக இருந்தாள்.

"ஒம் பேரென்னம்மா ... ஏன் காலைத் தாங்கித் தாங்கி நடந்து வர்றே ... ஏதாவது அடிபட்டிருச்சா" என்றார், அறிவழகன்.

"இல்லை சார் ... பிறவியிலேயே எனக்கு இடது பாதம் லேசா புரண்டிருந்தது. எம் பேரு காவேரி" என்றாள்.

சேல்ஸ் கேர்ளா போனால் வேலை நேரம் முழுக்க நிற்கவேண்டியிருக்கும் என்று சேகர் சொன்னதன் அர்த்தம் அவருக்கு இப்போது புலப்பட்டது.

"சரிம்மா ... எங்க பள்ளிக்கூடத்துலே ஒரு கிளர்க் வேலை காலியாயிருக்கு வேலைக்கு வர்றியா?" என்றார்.

அவள் பயந்தவளாக, சேகரைப் பார்த்துவிட்டு "வர்றேன் சார்" என்றாள். சேகர் அவசரமாக "வேலைக்கு வர விருப்பந்தான் சார்" என்றான்.

ஒரு ஊழியரை அழைத்து, அவருடன் சென்று, அவர் அளிக்கும் வேலை விண்ணப்பப் படிவத்தைப் பூர்த்திசெய்து தலைமை ஆசிரியையிடம் கொடுக்குமாறு காவேரியிடம் கூறினார். அவளும் சேகரும் அந்த ஊழியருடன் சென்றார்கள்.

பெரியஅரசு "என்ன பாப்பாரப் புள்ளைக்கு வேலை கொடுக்கறேன்ங்கிறீங்க ..? என்றார்.

"கஷ்டப்படறவங்களுக்குத்தானே கொடுக்கறோம். நீ என்ன செய்வே ... வசதியா இருக்கற நம்ம சாதிக்காரங்களக் கூட்டியாந்து வேலைக்குப் போடச்சொல்வே ..." என்றார், அறிவழகன்.

"நம்ம சாதியிலேயும் கஷ்டப்படறவங்க இருக்காங்களே ..."

"இதச் சாதியா பாக்கக் கூடாது. பாப்பார சாதியை மட்டும் ஒழி. மித்த சாதியை வைச்சுக்கன்னா பெரியாரு சொன்னாரு. எல்லாச் சாதியையும்தான் ஒழிக்கச் சொன்னாரு."

அறைக்குள் அந்த ஊழியரும் தலைமை ஆசிரியையும் நுழைந்தார்கள். தலைமை ஆசிரியையின் கையில் விண்ணப்பப் படிவம் இருந்தது.

"சாதிங்கிற காலத்திலே பிராமின்னு இருக்கு. போர்டு மீட்டிங்லே ஒத்துக்குவாங்களா" என்று தயங்கியவாறே கூறினார், தலைமை ஆசிரியை.

"ஆமா... போர்டு மீட்டிங்லே பிரச்சினை வரும்" என்றார், பெரியஅரசு.

"நீங்க கோயில் கோயிலா போயி சாமி கும்பிட்டுக்கிட்டிருக்கீங்க... இவரு கிடா வெட்டி சாமி கும்பிடறாரு... பெரியாரு சாமியும் இல்லேன்னுதானே சொன்னாரு" என்று கூறிக் கொண்டே அந்த விண்ணப்பப் படிவத்தை வாங்கி, மேசை டிராயரை இழுத்து அதில் போட்டு சத்தம் வரும்படி சாத்தினார். தலைமை ஆசிரியரைப் போகச் சொன்னார். சேகரையும் காவேரியையும் வரச் சொன்னார்.

"அம்மா... போர்டு மீட்டிங்லே அப்ரூவ் பண்ணணும். நல்லது நடக்கும்னு போயிட்டு வாங்க" என்றார்.

அவர்கள் இருவரும் "ரொம்ப நன்றி சார்" என்று அவரை வணங்கி, வாசலை நோக்கிச் சென்றார்கள். காவேரி ஒரு காலைத் தாங்கித் தாங்கி நடந்து செல்வதைப் பார்த்தார். அவருக்கு வருத்தமாக இருந்தது.

தீராநதி, ஆகஸ்ட் 2012

மினுங்கும் கண்கள்

அந்தோணிராஜ் தன் நண்பர் இம்மானுவேல் திடீரென்று இறந்ததின் பாதிப்பிலிருந்து விடுபட இயலாதவராக இருந்தார். இருவரும் அடிக்கடி வேளாங்கண்ணிக்குச் சென்று வருவதை வழக்கமாகக் கொண்டிருந்தார்கள். தனியே வேளாங்கண்ணிக்குச் செல்வதை அவரால் நினைத்துக்கூடப் பார்க்க முடியவில்லை. இன்று காலையில் இம்மானுவேலை அடக்கம் பண்ணப் போகிறார்கள். தனது சந்தோஷங்களையும், பிரச்சினைகளையும் பகிர்ந்து கொள்வதற்கு ஆள் எவரும் இல்லை என்ற கவலை அவரைப் பீடித்திருந்தது.

'கண்ணீர் அஞ்சலி' என்று சுவரொட்டி அடித்து அப்பகுதியில் ஒட்ட வேண்டும் என்ற எண்ணம் ஏற்பட்டு அவ்வாறே ஒட்டுவதற்கும் ஏற்பாடு பண்ணினார். 'கண்ணீர் அஞ்சலி' என்பது 'கன்ணீர் அஞ்சலி' என்று அச்சாகிவிட்டது. அச்சகத்தில் சரியாகக் கவனித்து போல்தான் அவருக்குத் தோன்றியது. அச்சகத்தில் சுவரொட்டிகளை வாங்கச் சென்றபோதுதான் தெரிந்தது, அவர்கள் அதை ஒட்டுவதற்கு ஏற்பாடு பண்ணமாட்டார்கள் என்பது. அவர்களிடம் விசாரித்தபோது போஸ்டர் முத்துச்சாமி என்பவனைப் பார்க்கும்படி கூறினார்கள். முகவரி தெரியவில்லை என்றும் செல்லூர் பகுதியில் இருப்பான் என்றும் தெரிவித்தனர். சுவரொட்டியை எடுத்துக்கொண்டு ஒரு ஆட்டோவில் செல்லூருக்குச் சென்றார். அப்போது இருட்டிவிட்டது. இரவோடு இரவாக ஒட்டிவிட வேண்டும்; காலையில் அடக்கம் பண்ணிவிடுவார்கள் என்று எண்ணிக்கொண்டே செல்லூர்

பகுதியில் அவனைத் தேடினார். ஒரு ஆட்டோ டிரைவர் சரியான வழியைச் சொன்னார்.

ஒரு சிறு மைதானம் மாதிரியான இடம். அதில் மரத்தடியில் ஒருவன் பிளாஸ்டிக் சேரில் கால்மேல் கால் போட்டு அமர்ந்திருந்தான். எதிரே இருந்த பிளாஸ்டிக் சேர்களில் அமர்ந்திருந்த இருவரிடம் பேசிக்கொண்டிருந்தான். சுவரொட்டி களை எடுத்துக்கொண்டு ஆட்டோவிலிருந்து இறங்கினார், அந்தோணி ராஜ். அவரைப் பார்த்ததும் 'வாங்க தலைவா, உக்காருங்க . . . போஸ்டர் ஒட்டணுமா? எத்தனை போஸ்டர்? எந்த ஏரியா?" என்றான், போஸ்டர் முத்துச்சாமி. அவர், அவன் எதிரே இருந்த பிளாஸ்டிக் சேரில் அமர்ந்து விவரம் கூறினார்.

ஒருபுறம் பசை காய்ச்சிக் கொண்டிந்தார்கள். போஸ்ட்டர் முத்துச்சாமி இடது கையில் பிரேஸ்லெட் அணிந்திருந்தான். கழுத்திலிருந்த தடிமனான சங்கிலி தெரியும் படியாக சட்டைப் பொத்தான்களைப் போடாமலிருந்தான். "ஜெய்ஹிந்துபுரம் காது குத்து போஸ்டர் போயிருச்சா? நாகமுத்து கொண்டு போயிருக்கானா . . . தீப்பொறி ஆறுமுகம் மீட்டிங் போஸ்டர் யார் கொண்டு போறா . . . டேய் சரவணன் நீ போ . . . அவன்தான் லாயக்கு . . . ஊர் பூரா ஒட்டணும்டா. நின்னுக் கிட்டிருக்கிற பஸ் எல்லாத்துலையும் ஒட்டணும். நெறைய போஸ்டர் கண்ணுக்குத் தெரியலைன்னா கட்சிக்காரங்க சண்டைக்கு வருவானுக . . . டேய் இந்த உக்காந்திருக்கிறவரோட கண்ணீர் அஞ்சலி போஸ்டரை . . . டேய் சேகர் நீ கொண்டு போ . . . தலைவா கேத வீட்டு அட்ரஸைக் கொடுங்க அதைச் சுத்தி ஒட்டச் சொல்லியிரல்லாம்" என்று கையை ஆட்டி ஆட்டிப் பேசினான். இரு கை நடுவிரலிலும் பெரிய மோதிரம் அணிந்திருந்தான்.

"எவ்வளவு பீஸ் கொடுக்கணும்" என்று அந்தோணி ராஜ் கேட்டார். அவரது முகத்தையும், தோற்றத்தையும், உட்கார்ந் திருக்கிற தோரணையையும் பார்த்துக் கொண்டிருந்தவனுக்கு இவரிடம் கூடக் கேட்டால் கொடுத்துவிடுவார் என்று தோன்றி தொகையைக் கூட்டிச் சொன்னான். அவன் கூறிய தொகை குறைவாக இருப்பதாக அந்தோணி ராஜுக்குத் தோன்றியது. பணத்தை எடுத்துக் கொடுத்தார்.

காலையில் இம்மானுவேல் வீட்டிற்கு வந்தபோது, அந்தப் பகுதியில் கண்ணீர் அஞ்சலி சுவரொட்டி ஒட்டியிருப்பதைப் பார்த்தார். வேலையைச் சரியாகச் செய்திருப்பதாக அவருக்குத் தோன்றியது.

அடக்கம் பண்ணி முடிந்தபின், தனியாக வீட்டை நோக்கி நடந்து சென்று கொண்டிருந்தார்.

அந்தோணி ராஜுக்கு இரண்டு மகள்கள். மூத்தவள் ரோஸ்மேரியை, அரசுப் பணியில் இருக்கும் ராஜனுக்கு திருமணம் செய்து வைத்தார். ராஜனின் தந்தை அரசுப் பணியில் இருக்கும்போது இறந்துவிட்டதால் கருணை வழி நியமனமாக ராஜனுக்கு அரசு வேலை கிடைத்திருந்தது ராஜனின் தாயார், ஒரு பிரசித்தி பெற்ற தனியார் பள்ளியில் ஆசிரியையாகப் பணி புரிகிறார். சொந்தவீடு. ராஜன் பாளையங் கோட்டையில் பணிபுரிந்ததால், அங்கு தனிக்குடித்தனம் வைத்தார்கள். சில மாதங்கள் கழிந்தபிறகுதான் தெரிந்தது. ராஜனின் தாயாருக்கும் இன்னொருவருக்கும் பழக்கம் இருந்தது என்பதும், ராஜனின் தந்தையின் மரணம், இயற்கையான மரணம் அல்ல என்பதும். ராஜனுக்கு தாயார் மேல் அதிக வெறுப்பு இருந்தது. அவன் தாயாரின் முகம் பார்த்துப் பேச மாட்டான். வேறெங்கோ பார்த்துப் பேசுவான். இருவரும் சேர்ந்து இருக்க இயலாது என்பதாலோ என்னவோ, வேலையைக் காரணம் காட்டி வெவ்வேறு ஊர்களில் இருக்கிறார்கள்.

ஒரு திருமணத்திற்குச் சென்று, அங்கு உட்கார்ந்திருந்த போது, 'ரோஸ்மேரி... ரோஸ்மேரி' என்று யாரோ கூப்பிடுவது போல இருந்தது. திரும்பிப் பார்த்தால் நாலைந்து வரிசை தள்ளி ராஜனின் தாயார்தான் இவளைக் கூப்பிட்டுக்கொண் டிருந்தார் இருவரும் சந்தித்துக்கொண்டனர். மண்டபத்தின் பின் பக்கம் இருந்த மரநிழலுக்கு ரோஸ்மேரியை அழைத்து வந்தாள். "ஒண்ட்டே ஒரு விஷயம் சொல்லனும்... என்னைப் பத்தி ஏதேதோ பேசியிருப்பாங்களே... ஒன் காதுக்கும் எட்டியிருக்கும். நானும் ஒன்னைப்போல பெண்தானே... சைக்ரியாட்டிஸ்ட் கொடுக்கற மாத்திரையை ஒழுங்கா சாப்பிடச் சொல்லு...' என்றார், ராஜனின் தாயார்.

ரேஸ்மேரிக்குத் திருமணமாகி ஆறுமாத காலமே ஆன போதிலும் எப்படி இந்தப் பந்தத்திலிருந்து வெளியே வருவது என்றே யோசித்துக்கொண்டிருந்தாள். திருமணமான அன்றே அவன் சரியில்லை என்று ஓர் உள்ளுணர்வு ஏற்பட்டது. சில நாட்களிலேயே அது ஊர்ஜிதமாகிவிட்டது. ஒரு நாளில் இரண்டு வரிகளுக்குமேல் அவளிடம் பேசுவது அரிது. சில நாட்களில் ஒன்றுமே பேசுவது இல்லை. பேச அவனிடம் விஷயம் இல்லை. தனியே அமர்ந்து ஏதோ சிந்தித்த நிலையிலேயே இருப்பான். மாத்திரை சாப்பிட்ட சில நிமிடங்களில் தூங்கிவிடுவான். எப்போதாவது உடலின் தேவையை யந்திரமயமாக பூர்த்தி செய்வான்.

பிறந்த வீட்டிற்கு வந்து தங்கிச் செல்லும்போது பிடித்த மில்லாமல் கணவனுடன் வாழ்வதைப் பற்றிக் கூற நினைத்து, கூறாமலேயே சென்றுவிடுவாள். அந்தோணி ராஜ் இப்போது பணி ஓய்வு பெற்றுவிட்டார் அப்போது அரசு தொடக்கப் பள்ளியில் ஆசிரியராகப் பணிபுரிந்து கொண்டிருந்தார். அன்று ரோஸ்மேரியின் அம்மா ஜெபமேரி தரையில் அமர்ந்து முட்டைக்கோசை கத்தியால் வெட்டிக் கொண்டிருந்தாள். ரோஸ்மேரி தன்வாழ்க்கைக் கதையை அம்மாவிடம் கூறினாள். ஜெபமேரிக்கு சிந்தனைத்திறம் போதாது. அவள் அழத் தொடங்கி விட்டாள். ரோஸ்மேரி, அவளைச் சமாதானம் பண்ணும்படி ஆகிவிட்டது. திரும்பவும் கணவன் வீட்டிற்குச் செல்லும் எண்ணமில்லை என்றும் இங்கேயே தங்கிவிடப் போவதாகவும் ரோஸ்மேரி கூறிவிட்டாள். பள்ளியிலிருந்து வந்த அந்தோணி ராஜிடம் ஜெபமேரி கோர்வையில்லாமல் தனக்குத் தோன்றிய விதத்தில் விவரத்தைக் கூறினாள். அந்தோணி ராஜுக்குக் கண்கள் கலங்கிவிட்டன. கர்த்தர் படத்தின் முன் மண்டியிட்டு பிரார்த்தித்தார்.

ரோஸ்மேரிக்கு அதிர்ஷ்டவசமாக அரசுவேலை கிடைத்தது. அவள் டீச்சர் பயிற்சி முடித்து, வேலை வாய்ப்பு அலுவலகத்தில் பதிவு செய்திருந்தாள். பக்கத்து ஊரில் உள்ள பள்ளியிலேயே வேலைகிடைத்தது. தூரம் கருதி அந்த ஊரிலேயே ஒரு பெண்கள் விடுதியில் தங்கிவிட்டாள். விவாகரத்து வழக்கு நீதிமன்றத்தில் நடந்துகொண்டிருக்கிறது. ஒரு மத்தியஸ்தரின் உதவியால் இருதரப்பு இசைவு விவாகரத்து மனுபெற்று தாக்கல் செய்திருப்பதால் விரைவில் கிடைத்துவிடும் நிலை இருக்கிறது.

இடையில் ஒருநாள் ராஜன் தற்கொலை முயற்சி மேற் கொண்டு மருத்துவமனையில் அனுமதிக்கப்பட்டிருப்பதாக செய்தி கிடைத்தது. அவனின் தாயார் வேலையை விட்டுவிட்டு அவனுடன் தங்கியிருப்பதாகவும் தகவல் கிடைத்தது. நீதி மன்றத்தில் விவாகரத்து உத்திரவு பெறுவதற்கு முன் அவன் இறந்துவிட்டால் தான் 'விதவை' ஆகிவிடுவோமே என்ற கவலையும், அதேசமயத்தில் அவன் சொத்தில் ஒரு பங்கு கிடைக்குமே என்ற யோசனையும் ஏற்பட்டது. விவாகரத்து உத்தரவு பெற்றதற்குப் பின்னால் அவன் என்ன ஆனாலும் தன் நிலையை அது பாதிக்காது; அப்போது விவாகரத்து பெற்றவள் என்ற நிலையில் இன்னொரு திருமணம் செய்து கொள்வதற்கு வாய்ப்புள்ளது என்ற எண்ணமும் அவளுக்கு ஏற்பட்டது. விவாகரத்து உத்தரவு பெறுவதற்கு முன் அவன் இறந்துவிடக் கூடாது; அதுதான் தனக்கு நல்லது என்ற முடிவுக்கு வந்து, காத்தரிடம், அவள் பிரார்த்தித்தாள்.

அந்தோணி ராஜின் இரண்டாவது மகள் தங்கமேரி தற்போது மும்பையில் கணவனுடன் வசிக்கிறாள். தங்கமேரி கல்லூரியில் படித்துக்கொண்டிருந்தபோது யாரோ ஒரு பையனுடன் இருப்பதைச் சில இடங்களில் பார்த்ததாக, அந்தோணி ராஜின் குடும்பத்திற்கு தகவல் வந்து விசாரித்ததில் அந்தப் பையனின் பெயர் சையது அபுதாகிர் என்று தெரிய வந்தது. அந்தோணி ராஜிற்கு அதை அறிந்த நொடியில் மயக்கம் வந்துவிட்டது. மயக்கம் தெளிந்து எழுந்த பின்னர் அவர் சில நாட்கள் பித்துப் பிடித்தது போல் இருந்தார். தேவாலயத் திற்கு அடிக்கடி சென்று பிரார்த்தித்துக்கொண்டிருந்தார். 'நாம் கர்த்தரின் விசுவாசிகள்' என்று அவர் எவ்வளவோ சொல்லியும் அவள் கேட்பதாக இல்லை. ஒரு நாள் வீட்டை விட்டு வெளியே சென்ற அவள் வரவே இல்லை. அவள், அந்தப் பையனை மதம் மாறி திருமணம் செய்துகொண்ட தாகத் தகவல் கிடைத்தது. சில ஆண்டுகள் கழிந்த பின்னர், சென்னை விமான நிலையத்தில் பர்தா அணிந்த நிலையில் அவளைப் பார்த்ததாகவும் அப்போது, தான் வசதியாகவும், மகிழ்ச்சியாகவும் இருப்பதாகவும் சொந்த வீடு வாங்கிவிட்ட தாகவும், தனது பெயரை ஆயிஷா பேகம் என்று மாற்றிக் கொண்டதாகவும், தனது கையிலிருந்த மகனின் பெயர் கமால் பாட்சா என்று கூறியதாகவும், அப்பா, அம்மாவை ரொம்பவும் விசாரித்ததாகவும் அந்தோணி ராஜின் கூடப் பணி புரிந்த திவ்வியநாதன், அந்தோணி ராஜிடம் கூறினார். இதுதான் அவருக்குக் கிடைத்த கடைசித் தகவல்.

கர்த்தரிடம் பெரும் விசுவாசம் வைத்த நிலையிலும் ஏன் தன் வாழ்க்கை தன் விருப்பப்படி அமையாமல் போய்விட்டது என்று, அவர் அடிக்கடி ஜெபமேரியிடம் புலம்புவதுண்டு.

அடக்கம் முடிந்து வீட்டிற்கு நடந்து வந்ததால், அவர் களைப்படைந்திருந்தார். குளித்து, மதிய உணவு உண்டுவிட்டு, படுக்கையில் படுத்தார்.

மூன்று நாட்களுக்கு முன்னர் அவரும், இம்மானுவேலும் ஓய்வூதியர்கள் சங்கத்திற்குச் சென்று பழைய நண்பர்களைப் பார்த்துப் பேசினார்கள். அன்று இருவரும் மகிழ்ச்சியாக இருந்தார்கள். அவர், இம்மானுவேலை மதிய உணவிற்கு வீட்டிற்கு அழைத்துவந்தார். வீட்டில் அமர்ந்து பேசிக்கொண் டிருக்கும்போது, வாசலில் ஒரு சிறுவன் ஒண்டியவாறு நின்று கொண்டிருப்பதைப் பார்த்தார். அவன் டிரவுசர் மட்டும் அணிந்திருந்தான். சட்டையில்லாத மேல் உடம்பு, வயிறு ஒட்டி, கண்கள் கருவளையத்துடன் குழிந்திருந்தது. பரட்டைத்

தலை. அவன் உடம்பு வேர்வையில் பிசு பிசுத்திருப்பதை இங்கிருந்தே அவர் உணர்ந்தார். அவன் அருகில் சென்று விசாரித்தார். அவன் கேட்டை கையில் பற்றியிருந்தான். நிற்பதற் கான உறுதிக்காக அவன் பற்றியிருப்பதுபோல் தோன்றியது. அவன் "பசி . . . பசி . . . பசிக்குது நிக்க முடியலை" என்றான்.

அவர் அவனை உள்ளே அழைத்து வந்தார் "பேனுக்கு கீழே உக்காரு" என்றார். அவன் தரையில் சம்மணமிட்டு அமர்ந்தான். மின்விசிறியின் காற்றிலும், தரையின் சில்லிப்பிலும் அவன் உடல் சிலிர்த்தது. தண்ணீர் கொண்டு வந்து கொடுத்தார். அவன் குடித்தான். இருவரையும் பார்த்தான். கண்கள் ஒளி யிழந்திருந்தது. அவர் விசாரித்தார்.

"அப்பா, அம்மா சின்ன வயசுலே இறந்துட்டாங்க அத்தை கூட இருந்தேன். சொல்ற வேலையை செஞ்சக்கிட்டு இருந்தேன் . . . அதுவும் ஒரு மாசத்துக்கு மின்னாடி இறந்து போச்சு . . . மாமா வீட்டைவிட்டு விரட்டிட்டார் . . . பசிக்குது மயக்கமா வருது" என்று தரையில் அவன் படுத்துவிட்டான். அவர் எழுப்பி முகத்தைக் கழுவச் சொன்னார். ஜெபமேரியிடம் மூன்று பேர்களுக்கும் சாப்பாடு போடச் சொன்னார்.

மூன்று பேர்களும் ஒன்றாகச் சாப்பிட்டார்கள். அயிரை மீன் குழம்பும் பீன்ஸ் பொரியலும் இருந்தது. அந்தச் சிறுவன் அள்ளி அள்ளி உண்பதை அவர் கனிவோடு பார்த்துக்கொண் டிருந்தார். இம்மானுவேலுக்கு அந்த நிகழ்வு நெகிழ்வாகவும், கர்த்தருடைய ஆசீர்வாதத்தில் நடந்துகொண்டிருப்பதாகவும் தோன்றியது.

அந்தோணி ராஜுக்கு அந்தச் சிறுவனின் வாழ்க்கைக்கு ஏதாவது வழி பண்ணிக்கொடுக்க வேண்டும் என்று தோன்றியது. ஆனால் அவருக்கு வழி தெரியவில்லை. ஏதாவது செய்ய முடியுமா என்று இம்மானுவேலிடம் விசாரித்தார். அவரின் மனம் நெகிழ்வாக இருந்த போதும், அதிக அக்கறை எடுத்து ஏதாவது சிக்கலில் மாட்டிக் கொள்வோம் என்ற பொதுப் புத்தியில் அந்தோணி ராஜிடம் கூறினார். "அந்தோணி, ஏதாவது செலவுக்கு கொடுத்து அனுப்பு . . . நீயே பல குழப்பத்திலே இருக்கே. தம்பீ . . . இந்தா பாரு, இவர் கொடுக்கற பணத்தை வைச்சு ஏதாவது ஒட்டல்லே வேலை தேடு . . . பெரிய ஒட்டலா போகாதே, மீடியும் ஒட்டலாப் பாரு . . . சாப்பாடும் கிடைக் கும் . . . தங்கறதுக்கு இடமும் கிடைக்கும் தம்பீ . . . காத்தர் காப்பாத்துவார்" என்றார். அவன் பேசாமல் இருந்தான். அவர் பணத்தை எடுத்துக் கொடுத்தார் அவன் வாங்கி டிரவுசர் பையில் வைத்துவிட்டு அவர்கள் இருவரையும் பார்த்தான்.

அந்தச் சிறுவனின் கண்களில் தெரிந்த உணர்வுகளினூடே, கர்த்தரே வந்து அவரை ஆசீர்வதிப்பதாக அந்தோணி ராஜுக்குத் தோன்றியது.

மூன்று நாட்களுக்கு முன்னர் தன்னுடன் இருந்த இம்மானுவேல், நேற்று காலையில் இறந்துவிட்டாரே, வாழ்வு இவ்வளவு அநித்தியமாக இருக்கிறதே என்று யோசித்துக்கொண்டே அந்தோணி ராஜ் படுத்திருந்தார். ஓய்வூதியர்கள் சங்கத்தில் தமாஷாக அவர் பேசிக்கொண்டிருந்ததும் பின்னர் அன்று மதியம் பசித்திருந்த சிறுவனுக்கு உணவு கொடுத்தபோது அதை அவர் பார்த்துக்கொண்டிருந்ததும் கர்த்தர் ஏற்படுத்திக் கொடுத்த நல்ல நிகழ்வுகள் என எண்ணிக்கொண்டிருந்தவர், களைப்பினால் தூங்கிவிட்டார்.

தூக்கம் கலைந்து எழுந்து உட்கார்ந்தார். ஜெபமேரியிடம் காபி போட்டு கொடுக்கச் சொன்னார். முகம் கழுவி, பின் காபி குடித்தார். உடைகளை மாற்றிக்கொண்டு தேவாலயத்தை நோக்கிச் சென்றார். இம்மானுவேலின் இறப்பினால் தத்தளித்துக் கொண்டிருக்கும் மனது பிரார்த்தனையால் சமாதானம் ஆகும் என்று அவருக்குத் தோன்றியது.

தேவாலாயத்தில் தனிமையில் பிரார்த்தித்தார். பிரார்த்தனை முடிந்து வெளியில், தேவாலயப் படிக்கட்டுகளில் வெகுநேரம் உட்கார்ந்த பிறகு வீட்டிற்கு வந்தார். சற்றுநேரம் தொலைக் காட்சி பார்த்துவிட்டு, இரவு உணவாக இரண்டு சப்பாத்திகள் சாப்பிட்டுப் படுத்தார்.

அரைகுறைத் தூக்கத்தில் புரண்டு கொண்டேயிருந்தார். ஏதோ பூனை நடமாடுவது போல் உள்ளுணர்வு தோன்றி விழித்துப் பார்த்தார். ஒன்றும் இல்லை. திரும்பவும் அரைத் தூக்கத்தில் இருந்தார். பீரோ திறக்கும் சத்தம் லேசாகக் கேட்டது. அவர் மெதுவாக நடந்து திரைச் சீலையை விலக்கிப் பார்த்தார். “அடப்பாவி . . . கர்த்தரே” என்று அலறினார். அடுத்த கணம் அந்தச் சிறுவன் அவர் மீது பாய்ந்து அவரைக் கீழே தள்ளி, நெஞ்சின் மீது அமர்ந்து அவர் தொண்டையில் கத்தியை வைத்து அழுத்தினான் கத்திபட்ட இடம் சுர் ரென்றது. ரத்தம் வழிவதுபோல் தோன்றியது. அந்தச் சிறுவனின் கண்களை, அருகில், நேருக்கு நேர், அவர் கண்கள் பார்த்தன. அந்தக் கண்களில் அப்படி ஒரு பளபளப்பு. ஆக்ரோஷத்தின் மினுங்கல். இரவில் நாயின் கண்களிலும், பூனையின் கண்களிலும் அந்த மினுங்கலைப் பார்த்திருக்கிறார். சத்தம் கேட்டு எழுந்து வந்த ஜெபமேரி இந்தக் காட்சியைக் கண்டு அலறினாள். அந்தச் சிறுவன் நிதானமாக “கதவைத்திற . . . ம்” என்றான். அந்தோணி

ராஜ் சைகை காட்டினார். அவள் சாவியை எடுத்து கதவைத் திறந்தாள். அடுத்த கணம் அவளைத் தள்ளி விட்டு, வாசல் வழியாக வெளியே ஓடினான், அந்தச் சிறுவன்.

அந்தோணி ராஜ் தொண்டை லேசாக அறுபட்ட நிலையில் கிடந்தார். ரத்தம் வழிந்துகொண்டிருந்தது. சத்தம் கேட்டு அண்டை வீட்டார்கள் வந்தார்கள். அந்தோணி ராஜ் மயங்கிய நிலையில் மருத்துவமனையில் சேர்க்கப்பட்டார். காவலர்கள் வந்தார்கள். வீட்டைச் சுற்றிப் பார்த்துவிட்டு, பகல் நேரத்தில் வீட்டிற்குள் நுழைந்து பதுங்கியிருக்க வேண்டும்; இரவில் திருடிவிட்டு, பகலில் வீடு திறந்திருக்கும்போது வெளியேற வேண்டும் என்று அந்த மைனர் திருடன் திட்டமிட்டிருப்பான் என்று இன்ஸ்பெக்டர் கூறினார்.

மருத்துவ மனையில் படுத்திருந்த அந்தோணி ராஜ் கண் விழித்தார். கழுத்தைச் சுற்றி கட்டு போடப்பட்டிருந்தது. ஜெபமேரி "சாப்பாடு போட்டவர் கழுத்தை அறுத்துப் போட்டானே அவன் விளங்குவானா?" என்று வருகிறவர்களிடம் புலம்பிக் கொண்டிருந்தாள்.

அந்தோணி ராஜுக்கு அந்தச் சிறுவன் வேண்டுமென்றே கத்தியைத் தொண்டையில் அழுத்தி வெட்டாமல், லேசாக கீறியிருப்பதாகத் தோன்றியது. சாப்பாடு போட்ட நன்றிக்காக லேசாகக் கீறியிருக்கிறான் என்று நினைத்துக்கொண்டார். ஆனால் அவர் சந்தித்த அந்தச் சிறுவனின் மினுங்கும் கண்கள் அவரை அச்சப்படுத்திக்கொண்டிருந்தன

காலச்சுவடு, டிசம்பர் 2012

மனைவிகள்

நானும் மனைவியும் ரயிலில் உட்கார்ந்திருந்தோம். ரயில் மதியம் இரண்டு மணிக்குச் சென்னையை அடையும். அதற்குள் எடுத்துவிடுவார்கள் என்று தோன்றியது. எனக்கு நேற்று நடு இரவுக்குப் பின்தான் தகவல் கிடைத்தது. ஒருவேளை வெளியூரிலிருந்த நெருங்கிய சொந்தத்திலிருப்பவர்களில் எவராவது வரத் தாமத மானால் எடுப்பதற்குத் தாமதமாகும். அப்படி அமையுமா என்று தெரியவில்லை.

எங்களுக்கு எதிர் இருக்கையில் ஜன்னலோரமாக உட்கார்ந்திருந்தவன் தொப்பி, கூலிங் கிளாஸ் அணிந் திருந்தான். நீலக்கலரில் கட்டம் போட்ட சட்டையும் ஜீன்ஸ் பேண்ட்டும் அணிந்திருந்தான். வாக்மேன் மூலமாகப் பாட்டுக் கேட்டுக்கொண்டிருந்தான். அவனுக்கு அடுத்தாற்போல் ஒருவரும் அவரின் மகளும் அமர்ந் திருந்தனர். மகளுக்குப் பத்து வயதிலிருந்து பன்னிரெண்டு வயதிற்குள் இருக்க வேண்டும். அவரின் மனைவி, அவர்கள் இருக்கையின் தொடர்ச்சியாக, நடைபாதையின் அந்தப் பக்கம் இருக்கும் இருக்கையில் அமர்ந்திருந்தாள். ரயில் கிளம்பும்போதே அவள், அந்தப் பையனிடம், அவளுக்கு ஒதுக்கப்பட்ட இருக்கையில் அமர்ந்து கொள்ளுமாறும் தாங்கள் அனைவரும் ஒன்றாக அமர்ந்துகொள்ள விரும்புவதாகவும் கூறினாள். அவன் ஜன்னலோர இருக்கையை விட்டுக்கொடுத்துவிட்டு, அவளுக்கு ஒதுக்கப்பட்ட இருக்கைக்குச் செல்ல மறுத்து விட்டான். அவள் ஏமாற்றத்துடன் அவள் இருக்கையில் அமர்ந்துகொண்டாள்.

அந்தச் சிறுமி, அம்மாவிடம் சென்று பேசிவிட்டு, அவள் கொடுக்கும் தின்பண்டங்களை வாங்கி வருவதும் செல்வதுமாக இருந்தாள். அதைக் கவனித்தால், தன் மனம் இந்த இடத்தை விட்டுக் கொடுக்கத் தூண்டும் என்பதால், அவன் இந்தப் பக்கம் திரும்பாமல், பாட்டுக் கேட்டுக்கொண்டே, ஜன்னல் வழியே பார்த்துக்கொண்டிருந்தான்.

அந்தச் சிறுமியின் தாயாரை நான் கவனித்தேன். முதல் பார்வையில் அவள் என்னைக் கவரவில்லை பிறகு அவள் கழுத்தில் இருந்த பெரிய கருமச்சம் என் பார்வையில் பட்டது. தற்போது அந்த மச்சத்துடன் அவளைப் பார்க்கும்போது அழகாகத் தெரிந்தாள். சுமாரான தோற்றத்திலிருக்கும் பெண்ணைக் கூர்ந்து கவனித்தால் அழகையும் கவர்ச்சியையும் கண்டுபிடிக்க முடியும். இதேபோல்தான் பெண்களுக்கும் இருக்கும் என்று நினைக்கிறேன். என் மனைவி, நான் பெண்களைப் பார்ப்பதைச் சகஜமாக எடுத்துக்கொண்டு விட்டாள். இரு சக்கர வாகனத்தில் செல்லும்போது மட்டும் 'ரோட்டை கவனிச்சு ஓட்டுங்க' என்பாள்.

எனக்குச் சிறுநீர்ப் பாதையில் ஏற்பட்ட பிரச்சினை காரணமாக அறுவைசிகிச்சை மேற்கொள்ள நேர்ந்தது. அறுவை சிகிச்சை அறையில் நான் படுத்திருந்தேன். ஊசி போட்டு மரத்துப் போகச் செய்து அறுவை சிகிச்சை செய்துகொண்டிருந் தார்கள். அறுவை சிகிச்சை நடப்பது காட்சிப் பெட்டியில் ஓடிக்கொண்டிருந்தது. எனக்குச் சற்று நேரத்தில் போரடித்து விட்டது. நல்ல வேளையாக இரண்டு செவிலியர்கள் என் பார்வையில் தெரிந்தனர். நான் அவர்களைப் பார்த்துப் பொழுதைக் கழித்துக்கொண்டிருந்தேன். அவர்கள் அறுவை சிகிச்சையைக் கவனித்து, தேவையான உபகரணங்களை மருத்துவருக்கு எடுத்துக் கொடுத்துக்கொண்டிருந்ததால் நான் பார்ப்பதை அவர்கள் கவனிக்கவில்லை. சுமார் முக்கால் மணி நேரத்தை இப்படியே கழித்துவிட்டேன். ஒருத்திக்குக் காதுகளும் இன்னொருத்திக்கு உதட்டு அமைப்பும் அழகாக இருந்தன. என்பதை அப்போது நான் கண்டுபிடித்தேன்.

ஐ.சி.யூ.வில் இருந்தபோது, மனைவி வந்தாள். 'என்னங்க முக்கா மணி நேரம் ஆபரேஷன் நடந்ததே ஏதும் பிரச்சினை இருந்துச்சா' என்றாள். 'டி.வி.யிலே ஆபரேசனைப் பாக்கறதுக்குச் சங்கடமா இருந்துச்சு. ரெண்டு நர்சுகளை பாத்துக்கிட்டிருந்தேன். பொழுது போயிருச்சு' என்றேன். 'அந்த நேரத்துலேகூடவா பாத்துக்கிட்டிருந்திங்க ... இந்த ஆப்பரேசனுக்கெல்லாம் பொம்பளை நர்சையா வைச்சுக்கிறாங்க ...' என்றாள். இப்படி

ஒரு மனைவி வாய்த்திருப்பது பற்றி எனக்குச் சிறு மகிழ்வு ஏற்பட்டது.

என் மனைவியின் கைபேசி ஒலித்தது. அவள் எடுத்துப் பேசினாள். 'பன்னெண்டு மணிக்கெல்லாம் பாடியை எடுத்துரு வாங்களாம். நம்ம ட்ரெயின் எத்தனை மணிக்குப் போகும்?' என்றாள்.

'ரெண்டு மணி ஆயிடும். அப்புறம் ரூம் போட்டு பேக்கை வைச்சிட்டு ஆட்டோ பிடிச்சு அவுங்க வீட்டுக்குப் போகும் போது மூணு, மூணரை ஆயிடும்' என்றேன்.

எனக்குச் செத்தவர்களைப் பார்ப்பது தொந்தரவு தரக் கூடியது. சிலர் செத்தவர்களின் முகத்தை உற்றுப் பார்த்துக் கொண்டிருப்பார்கள். நான் பெரும்பாலும் முகத்தைப் பார்ப்பதைத் தவிர்த்துவிடுவேன். நான் முதன்முதலாகச் சுடுகாடு சென்றது, அடுத்த வீட்டு அக்காவிற்கு இறந்து பிறந்த குழந்தையை எரிப்பதற்காகச் சுடுகாடு சென்றபோது நானும் கூடச் சென்றது தான். அந்தக் குழந்தை தலைச்சான் குழந்தை என்பதால் மந்திரவாதி வந்து மண்டையோட்டை எடுத்துச் சென்று விடுவான் என்று பேசிக்கொண்டார்கள். சாம்பலாகும் வரை அங்கேயே காத்திருந்து கடலில் கரைப்பதற்காக மண்டை யோட்டை எடுத்துச்சென்றார்கள். அதற்குப்பின் உறவினர்கள், தாத்தா, பாட்டி, உள்ளிட்ட பல மரணங்கள்.

என் அப்பாவின் மரணம் எதிர்பாராமல் நிகழ்ந்த மரணம். நான் அப்போது தூங்கிக்கொண்டிருந்தேன். அம்மாவின் அலறல் சத்தம் கேட்டு விழித்தேன். எங்கள் வீட்டிற்குச் சற்றுத் தள்ளி இருந்த பள்ளி அருகே நடைபயிற்சிக்காக, காலை ஐந்தரை மணியிலிருந்து ஆறு மணிக்குள் கூடுவார்கள். ஒரு குழுவாக – சுமார் பதினைந்திலிருந்து இருபது நபர்கள் வரை – இருப்பார்கள். அப்பா அவர்களுடன் சேர்ந்துகொள்வார். அவர்கள் வழக்கமாகச் செல்லும் பாதைகளில் நடந்து சுமார் ஒரு மணி நேரம் கழித்து பள்ளி அருகே மீண்டும் வந்து பிரிவார்கள். எவ்வளவு தாமதமாக இரவில் வந்து படுத்தாலும் அப்பா காலையில் சீக்கிரமாக எழுந்து நடைபயிற்சிக்குத் தயாராகி விடுவார். ஒரு மாதத்தில் சுமார் பதினைந்து நாட்கள் விட்டு விட்டு இன்னொரு வீட்டில் தங்குவார். அப்போதும் அங்கு நடைபயிற்சிக்குச் செல்வார் என்றுதான் நினைக்கிறேன்.

வாசலுக்கு வந்து பார்த்தேன். ஆம்புலன்ஸ் நின்றிருந்தது. அப்பாவின் உடலை இறக்கினார்கள். நடைபயிற்சியின் போது மயங்கி விழுந்தவரை, அருகிலுள்ள மருத்துவமனைக்குக்

கொண்டு சென்றிருக்கிறார்கள். மருத்துவர், அவர் ஏற்கனவே இறந்துவிட்டார் எனத் தெரிவித்திருக்கிறார். வீட்டின் சூழ்நிலை மாறியது. உறவினர்களுக்கும் வெளியூரிலிருந்த அக்காவிற்கும் மாமாக்களுக்கும் தகவல் சொன்னேன்.

அப்பாவை ஐஸ் பெட்டியில் வைத்தாகிவிட்டது. வீட்டில் வாசலில் பந்தல் அமைத்து, வாடகைக்கு சேர்கள் எடுத்துப் போட்டாயிற்று. வாசலில் ஒருவன் சங்கு ஊதி சிகண்டி அடித்துக்கொண்டிருந்தான். நான் என் நண்பர்களுடன் இருந்தேன். மதியம் வாக்கில் ஒரு வேன் வந்து நின்றது. ஒரு பெண் கத்திக்கொண்டே வேனிலிருந்து இறங்கி வீட்டை நோக்கி வந்தாள். கூட இரண்டு சிறுமிகள் வந்தனர். ஒருத்திக்குப் பதினாலு, பதினைந்து வயது இருக்கும். இன்னொருத்திக்குப் பதினொன்று, பன்னிரெண்டு வயது இருக்கும். கூட நாலைந்து ஆண்கள் வந்தார்கள். அதில் ஒருவர் கையில் பெரிய மாலை இருந்தது.

சிவநேசன் மாமா, அவர்களைத் தடுத்துக் கூட வந்தவர் களுடன் வாக்குவாதம் பண்ணிக்கொண்டிருந்தார். அந்தப் பெண்ணும் கூட வந்த சிறுமிகளும் அழுதுகொண்டிருந்தனர். சிறுமிகள் அழுகையினூடே 'அப்பாவைப் பாக்கனும்' என்று சொல்லிக்கொண்டிருந்தனர். வீட்டிற்குள் போகக் கூடாது என்றும், உடலை எடுத்துச் செல்லும்போது வெளியிலிருந்து பார்த்துக்கொள்ள வேண்டும் என்றும், எந்தச் சடங்கிலும் பங்கு பெறக் கூடாது என்றும் சிவநேசன் மாமா கத்திக் கொண்டிருந்தார்.

அந்தப் பெண்ணின் கூட வந்தவர்கள் அடக்கமாக இருந்தனர். கூட வந்தவர்களில் பெரியவரான ஒருவர் 'இவளும் ஒரு பொண்டாட்டிதானே. வந்து பாத்துட்டு கொஞ்ச நேரம் இருந்துட்டு, கூட்டிட்டு போயிர்ரோம். செத்த வீட்லே பஞ்சாயத்து வேண்டாம்' என்றார்.

சிவநேசன் மாமாவிற்குப் பஞ்சாயத்து என்ற வார்த்தை கோபத்தைக் கிளப்பிவிட்டது. 'எப்படி பஞ்சாயத்துன்னு சொல்லலாம். நான் என்ன பஞ்சாயத்தா பண்றேன். அவருக்கு ஒரு பொண்டாட்டிதான். சேத்து வைச்சிருந்ததெல்லாம் பொண்டாட்டி ஆயிருமா? வீட்டுக்குள்ளே போகக் கூடாதுன்னா போகக் கூடாதுதான்' என்றார்.

மயங்கியவள் போல் கிடந்த அம்மா, இந்தப் பரபரப்பைக் கண்டு, கூந்தலை அள்ளி முடிந்துகொண்டு வெளியே வந்தாள். அம்மாவும் அந்தப் பெண்ணும் இப்போதுதான் நேருக்கு

நேர் பார்த்துக்கொள்கின்றார்கள். அம்மாவிற்கு ஆவேசத்தில் மூச்சிரைத்தது. சிவநேசன் மாமாவைப் பார்த்து 'அந்தத் தேவ்டியாளை வந்து பாத்துட்டு போகச் சொல்லு' என்றாள், அம்மா.

அம்மா கூறியது அந்தப் பெண்ணிற்கும் பெரியவருக்கும் கூட வந்தவர்களுக்கும் கேட்டிருக்கும் என்றுதான் நினைக்கிறேன். அவர்கள் அமைதியாக இருந்தனர். எப்படியாவது என் அப்பா வின் உடலை அந்தப் பெண்ணும் அவளின் குழந்தைகளும் பார்க்க வேண்டும் என்பதற்காக அவர்கள் பொறுமையாக இருப்பதாகத் தோன்றியது.

சிவநேசன் மாமா, அம்மாவிடம் சென்று ஏதோ கூறினார். அம்மா மீண்டும் கூறினாள். சத்தம் போட்டு சொன்னாள் 'அந்தத் தேவ்டியாளை வந்து பாத்துட்டு போகச் சொல்லு'. பெரியவர் முன் சென்று ஏதோ கூற யத்தனித்தார். அந்தப் பெண், பெரியவரை இழுத்துப் பேசாமல் இருக்கச் சொல்லி அவரைக் கும்பிட்டாள்.

அவளும் குழந்தைகளும் கூட வந்தவர்களும் உள்ளே நுழைந்தனர். அப்பாவின் உடலைப் பார்த்து அவளும் அந்தச் சிறுமிகளும் அழுதுகொண்டிருந்தனர். அந்தச் சிறுமிகள் 'அப்பா... அப்பா...' என்று கூறி அழுதனர். அந்தப் பெண் 'நான் என்ன செய்வேன். என்னை விட்டுப் போயிட்டீங்களே' என்று அழுகையினூடே சொன்ன, அடுத்த கணம் அம்மா ஆவேசம் வந்தவள் போல எழுந்து 'என் நிம்மதியை கெடுத்தியே... நீ நல்லா இருப்பியா' என்று அவளை அடிக்க ஆரம்பித்தாள். கூட இருந்த பெண்கள் விலக்கிவிட்டனர்.

பெரியவர் 'இப்படி அவமானப்பட்டு பாக்கனுமா... நான்தான் சொன்னேன்ல வரவேண்டாம்னு... உன் வாழ்க்கையையும் கெடுத்து இப்படி அவமானப்பட்டு நிக்கறியே' என்று அவரும் அவளை அடித்தார். அந்தப் பெண் கூட வந்த மற்றவர்கள் விலக்கிவிட்டனர். அந்தச் சிறுமிகள் 'அம்மாவை அடிக்காதிங்க' என்று பெரியவரைக் கட்டிக் கொண்டு அழுதனர்.

அனைவரும் வெளியேறினார்கள். வெளியேறும்போது அவள் கூட வந்தவர்களில் ஒருவன் 'இதுக்குப் பதில் சொல்ற காலம் வரும்' என்றான். சிவநேசன் மாமா 'பாப்பம்டோய்' என்று குரல் கொடுத்தார்.

அவமானத்துடன் அந்தப் பெண் அழுதுகொண்டிருக்கும் குழந்தைகளை இழுத்துச் சென்றாள். இக்காட்சி எனக்குச்

சங்கடத்தை ஏற்படுத்தியது. அம்மாவும் சிவநேசன் மாமாவும் நாகரிகமாக நடந்துகொண்டிருக்க வேண்டும் என்று தோன்றியது. மயானத்திற்கு அவர்கள் மீண்டும் வருவார்கள் என்று பேசிக் கொண்டனர். ஆனால் அவர்கள் மயானத்திற்கு வரவில்லை.

ஒரு காலகட்டத்தில் அப்பா, அடிக்கடி வீட்டுக்கு வராமல் இருந்தார். அப்போது ரியல் எஸ்டேட் தொழிலில் பணம் கொட்டிக்கொண்டிருந்த நேரம். வீட்டிற்குப் புதிய பொருட்கள், கார் வந்தன. அவர் அடிக்கடி வெளியில் தங்குவதை அம்மா பெரிதாக எடுத்துக்கொள்ளவில்லை. பிறகுதான் அவளுக்குக் கொஞ்சம் கொஞ்சமாக விஷயம் தெரிந்தது என்று நினைக்கிறேன்.

ஒருநாள் இரவு, அப்பா, அம்மா தூங்கும் அறைக்குள் இருவரும் சத்தமாகப் பேசிக்கொள்வது, இன்னொரு அறையில் படுத்திருந்த அக்காவிற்குக் கேட்டு, அவள் விழித்து என்னை எழுப்பினாள். நாங்கள் இருவரும் விளக்கைப் போடாமல், என்ன பிரச்சினை என்று தெரியவில்லையே என்று பேசிக் கொண்டிருந்தோம். திடீரென கதவு திறக்கும் சத்தம் கேட்டது. நாங்கள் இருவரும் அவரவர் இடத்திற்குச் சென்று படுப்பதற்குள் அம்மா வந்துவிட்டாள். அவள் அழுதுகொண்டிருந்தாள். எங்களுக்கு ஒன்றும் புரியவில்லை. 'அப்பா நம்மை விட்டுட்டுப் போயிருவாரு போல இருக்கு' என்று மட்டும் சொன்னாள். பிறகு கண்ணீரைத் துடைத்துவிட்டு அக்கா பக்கத்தில் படுத்துக்கொண்டாள். அப்பா வெளியே வரவில்லை.

அம்மா கூறியபடி, அப்பா எங்களை விட்டுவிட்டுச் செல்லவில்லை. இங்கேயும் அங்கேயுமாக இருந்தார். அப்பா, அம்மா நடவடிக்கைகளில் மாற்றம் ஏற்பட்டது. அம்மா புதிய ஆடைகள் உடுத்த ஆரம்பித்தாள். கண்களுக்கு மை தீட்டிக்கொண்டாள். அடிக்கடி பியூட்டி பார்லருக்குச் செல்ல ஆரம்பித்தாள். அப்பா எங்களை ஓட்டலுக்கும் வெளியூருக்கும் பிக்னிக்குக்கும் கூட்டிச் செல்ல ஆரம்பித்தார். சில நேரம் எங்கள் முன்னிலையிலேயே கூட வாய்த்தகராறு ஏற்படும். சில நாட்கள் இருவரும் பேசாமல் இருப்பார்கள். பிறகு அம்மா இறங்கி வந்து பேச ஆரம்பிப்பாள்.

அவர் இன்னொரு குடும்பம் வைத்திருப்பது எல்லோருக் கும் தெரிந்த விஷயமாகிவிட்டது. அவரையும் அந்தப் பெண்ணையும் அங்கே பார்த்தேன்; இங்கே பார்த்தேன் என்று யாராவது வந்து அம்மாவிடம் சொல்வார்கள். "நான் அவருக்கு என்ன கொறை வைச்சேன்... அந்தத் தேவ்டியா மயக்கிப் புட்டாளே..." என்பாள்.

ஒருநாள் சிவநேசன் மாமா 'அந்த வீட்டிற்கு நான், கொஞ்சப் பேரைக் கூட்டிட்டுப் போயி அவளைச் சத்தம் போட்டுட்டு வரவா?' என்று அம்மாவிடம் கேட்டார். அம்மா வேண்டாம் என்று சொல்லிவிட்டாள். 'அந்த வீடா, இந்த வீடான்னு பிரச்சினை ஏற்பட்டால், அவர் அந்த வீட்டுலயே போயி நிரந்தரமாக இருந்துட்டா என்ன பண்றது?' என்றாள்.

சிவநேசன் மாமாவிற்கும் பிரச்சினை செய்தால் அப்படி ஒரு வாய்ப்பு ஏற்படலாம் என்ற எண்ணம் இருந்தது. ஆனால் அவர் அம்மாவின் அண்ணன் என்ற முறையில், ஏதாவது நடவடிக்கை எடுக்கலாமா என்று கேட்டுக்கொண்டிருப்பார்.

அப்பா இந்த வீட்டில் இறந்தது நல்லதாகப் போயிற்று, அந்த வீட்டில் இறந்திருந்தால் அந்தப் பெண்தான் கொன்று விட்டாள் என்று எங்கள் வீட்டார் தூற்றியிருப்பார்கள். அப்பாதான் இல்லையே என்ற தைரியத்தில் அந்த வீட்டில் போய் தகராறு செய்திருப்பார்கள். எனக்கு அந்த வீட்டார் மீது அனுதாபமும் அவர்களுக்குப் பிரச்சினையோ கெட்டதோ ஏற்பட்டுவிடக் கூடாது என்ற எண்ணமும் ஆரம்பத்திலிருந்தே இருந்துகொண்டிருந்தது. அப்பா நல்லவர். அவருக்கும் அந்தப் பெண்ணிற்கும் ஏதோ ஈர்ப்பு ஏற்பட்டு வாழ்கிறார்கள்; இதில் என்ன இருக்கிறது என்று நான் சாதாரணமாக எடுத்துக்கொண்டு விட்டேன்.

அப்பா அந்தப் பெண்ணின் பெயருக்குச் சொத்துக்கள் ஏற்படுத்திவைத்திருந்தார். முன்ஜாக்கிரதையாக அப்படிச் செய்திருக்கலாம். அவர்கள் அதை விற்று வேறு ஊருக்குச் சென்றுவிட்டார்கள். அந்தக் குழந்தைகளின் அப்பாவும் என் அப்பாவும் ஒருவர்தான். அக்குழந்தைகளின் பள்ளிச் சான்று களிலும் இதர ஆவணங்களிலும் அப்பா பெயர்தான் இருக்கும். அவர்களுக்குத் திருமணம் ஆகும்போது, திருமணப் பத்திரிகை யில் அப்பாவின் பெயரைப் போட்டு, இன்னாரின் மகள் என்றுதான் போடவேண்டியிருக்கும். எனக்கு அவர்கள் சகோதரிகள்தானே. இப்படியெல்லாம் எனக்குத் தோன்றியது. இப்போது கழுத்தில் கருப்பு மச்சம் உள்ள இந்தப் பெண் கூட அந்தச் சகோதரியாக இருக்கலாம். அன்று அந்தப் பெண்தான் என் மனதில் பதிந்திருந்தாள். அந்தக் குழந்தை களின் தோற்றம் மனதில் தெளிவில்லாமல் உள்ளது. அந்தக் குழந்தைகளில் ஒருத்தியின் கழுத்தில் மச்சம் இருந்ததா என்பதைக் கவனிக்கவும் இல்லை. இப்போது அப்பாவின் நினைவு வந்ததால் இப்படியெல்லாம் தோன்றுகிறது போலும்.

ரயிலில் நாங்கள் உட்கார்ந்திருந்த வரிசையில் ஜன்னலோரமாக ஒரு வயதான பெண்ணும் அடுத்து என் மனைவியும் அதற்கடுத்து நானும் அமர்ந்திருந்தோம். நான் 'ஸிஸ்டர், இந்த இடத்திலே உக்காந்துக்கோங்க ... சவுர்யமா இருக்கும். நான் உங்க இடத்திலே உக்காந்துக்கிறேன்' என்று அந்தச் சிறுமியின் தாயாரை – கழுத்தில் கருப்பு மச்சம் உள்ள அந்தப் பெண்ணைப் – பார்த்துச் சொன்னேன். அவள் மலர்ச்சியுடன் எழுந்தாள்.

என் மனைவி 'ரொம்ப வழியாதிங்க' என்றாள். 'இல்லை அவள் என் ஸிஸ்டர் மாதிரி' என்றேன்.

ரயில் சென்னையை அடைந்தது. ஸிஸ்டராக மாறிவிட்டவளின் குடும்பத்திடம் விடைபெற்று, தங்கும் ஓட்டலையடைந்தோம். வரவேற்பில் இருந்தவன் எங்களுக்கு அறை கொடுக்கத் தயங்குவது போல் தெரிந்தது. நான் அடையாள அட்டையைக் காண்பித்த பின், ரிஜிஸ்டரைப் புரட்டி, அப்போதுதான் அறை காலியாக இருந்ததை அறிந்தவன்போல் பாவனை செய்து அறையை ஒதுக்கீடு செய்து சாவியைக் கொடுத்தான். அறைக்குச் சென்று பைகளை வைத்துவிட்டு, கழிவறைக்குச் சென்றுவிட்டு, செத்த வீட்டிற்குச் செல்வதால், முகத்தைக்கூட கழுவாமல் இருவரும் தலைமுடியை மட்டும் சரிசெய்துவிட்டு, சோகத் தோற்றத்துடன், வெளியே வந்து ஆட்டோ பிடித்தோம்.

எனக்குக் குளிக்காமல், தோற்றப் பொலிவு இல்லாமல், மதிய வெயிலில் சென்றுகொண்டிருப்பது எரிச்சலாக இருந்தது. செத்த வீட்டிற்குச் செல்வதால் இதையெல்லாம் சகித்துக்கொண்டிருந்தேன். சற்று சிரமப்பட்டு வீட்டைக் கண்டுபிடித்துவிட்டோம். வீடு கழுவி விடப்பட்டிருந்தது தெரிந்தது. வீட்டிற்குள் நானும் மனைவியும் நுழைந்தோம். துக்கம் விசாரிப்பதற்கு நான் சில வாக்கியங்களை யோசித்து வைத்திருந்தேன்.

இறந்தவரின் மனைவி அறையிலிருந்து வெளியே வந்தார். எங்களை சோபாவில் அமரச் சொன்னார். பளிச்சென்றிருந்தார். அவர் வழக்கமாக வைக்கும் பெரிய பொட்டை வைத்திருந்தார். தலைக்குக் குளித்திருந்ததினால், தலைமுடியைத் தொங்க விட்டு கீழே முடிச்சிட்டிருந்தார். முகம் அப்படி ஓர் களையுடன் இருந்தது. எனக்கு இந்தச் சூழ்நிலையே வினோதமாக இருந்தது. இறந்ததாக எனக்குச் சொல்லப்பட்டது கூட பிரமைதானோ என்றும் ஒரு கணம் தோன்றியது.

உள்ளறையிலிருந்து வந்த, எனக்குத் தெரியாத – அவருடைய உறவுக்காரப் பெண்ணாக இருக்க வேண்டும் – ஒரு பெண்,

எங்களைப் பார்த்துவிட்டு உள்ளே சென்றுவிட்டாள். வீட்டில் வேறு யாரும் இருப்பதாகத் தெரியவில்லை. அவரின் மகள்கள் இந்த வீட்டின் அருகேயே சற்றுத் தள்ளி வசிப்பதால் அவரவர்கள் வீடுகளுக்குச் சென்றிருப்பார்கள் என்று நினைத்துக்கொண்டேன்.

இறந்தவரின் மனைவி 'மோர் சாப்பிடறீங்களா? காபி சாப்பிடறீங்களா?' என்றார்.

எனக்குத் திக்கென்றிருந்தது. நான் 'வேண்டாம்... விசாரிக்க வந்தோம்...' என்று மெல்லிய குரலில் சொல்லி, சம்பிரதாயமாக விசாரித்தேன். மனைவியும் சம்பிரதாயமாக ஏதோ விசாரித்தாள்.

'எடுக்கறப்ப நல்ல கூட்டம், வெடி எல்லாம் போட்டாங்க. அம்புட்டு கூட்டம்' என்றார். நான் அவர் சாவைப் பற்றிக் கேட்க, 'தூக்கத்திலேயே இறந்து போய்விட்டார்' என்று சொல்லி விட்டு வந்த கூட்டத்தைப் பற்றியும் வந்த ஆட்கள் பற்றியுமே சொல்லிக்கொண்டிருந்தார். எனக்கு ஆயாசம் ஏற்பட்டது.

இறந்தவரின் மனைவி மீண்டும் 'மோர் சாப்பிடறீங்களா, காபி சாப்பிடறீங்களா?' என்றார்.

சூழ்நிலைக்கு ஏற்றாற்போல் போய்விட வேண்டியதுதான் என்று 'மோர்' என்றேன். மோர் வந்தது. பெரிய டம்ளரில் இருந்தது. வெயில் நேரமாக இருந்ததால் மோர் இதமாக இருந்தது.

நாங்கள்தான் சோபாவில் அமர்ந்திருந்தோம். இறந்தவரின் மனைவி அறையின் நிலைவாசலில் சாய்ந்து நின்று எங்களுடன் பேசிக்கொண்டிருந்தார். கைகளைப் பின்னால் வைத்து, ஒரு காலை நிலைவாசலில் மடக்கி வைத்து, ஒரு காலை தரையில் ஊன்றி நின்றிருந்தார். தோற்றப் பொலிவுடன் இருந்தார்.

ஆட்டோ வெயிட்டிங்கில் இருந்தது. நாங்கள் இறந்தவரின் மனைவியிடம் விடைபெற்றுக்கொண்டு வெளியே வந்தோம். ஆட்டோவில் ஏறினோம். ஆட்டோ ஓடிக்கொண்டிருந்தது.

இறந்தவரின் மனைவியின் உள்ளம், பெரிய பாரத்தை இறக்கிவைத்த உணர்வுடனும் விடுதலையடைந்த உணர்வுடனும் அதனால் ஏற்பட்ட மகிழ்ச்சியிலும் இருப்பதாக எனக்குத் தோன்றியது. ஆனால் அவர் துக்கத்தில் இருப்பவர் போல் ஏன் நடிக்கவில்லை என்பதுதான் எனக்குப் புதிராகவே இருக்கிறது.

உயிர்எழுத்து, அக்டோபர் 2012

அந்த மனிதர்கள்

சந்திரன், இரண்டு நாட்களுக்கு முன்னரே மனைவி யையும் குழந்தைகளையும் மனைவியின் அக்கா வசிக்கும் ஊருக்கு அனுப்பிவைத்துவிட்டான். ஊருக்குக் கிளம்பும் முன் அவன் மனைவி சாந்தி கூறினாள் "வேண்டாம் இந்தப் பொழப்பு... விட்ருங்களேன். எவ்வளவு நாளக்கி இப்படி ஒளிஞ்சி திரியறது... குழந்தைங்கவேற இருக்கு..."

"இதுதான் கடைசி. இத்தோட எல்லாம் முடிஞ்சது... இந்த ஒரு தடவை மட்டும் பொறுத்துக்கோ" என்றான், சந்திரன்.

எதற்காக அவன் ஊருக்குப் போகச் சொல்கிறான் என்று அவள் கேட்கவில்லை. கேட்டால், அவன் சொல்லப் போவதில்லை. அப்படியே அவன் சொன்னால், அது தனக்குப் பயத்தை ஏற்படுத்தும் என்று அவள் நினைத்திருந்தாள்.

சாந்தி அவனுடைய அக்கா மகள்தான். கல்யாண மானால் அவன் திருந்தி வாழ்வான் என்று எண்ணிய தாலும் சொந்தம் தொடர வேண்டும் என்று எண்ணிய தாலும் அவனுக்குச் சாந்தியைத் திருமணம் செய்து வைத்தார்கள். சாந்திக்கும் எங்கோ தெரியாத இடத்தில் போய் மாட்டிக்கொள்வதைக் காட்டிலும் இது பரவா யில்லை என்று திருமணத்திற்கு ஒத்துக்கொண்டாள்.

அவன் நல்லவனாக இருக்கிறான். மரியாதைக் குறைவாகப் பேசுவதில்லை. அசைவம் சாப்பிடுவதில்லை. எப்போதாவதுதான் மது குடித்துவிட்டு வருவான். இப்படிப்பட்டவன், எப்படி தகாத காரியம் பண்ணுகிறான்

என்று சாந்திக்கு ஆச்சரியமாக இருக்கும். கூட்டாளிகளின் நட்புக்காக இப்படிச் செய்கிறான் என்று அவள் நினைத்துக் கொள்வாள்.

அவன் பெயருக்குத்தான் எலெக்ட்ரீசியன். பெரும்பாலான நேரங்களில் குட்டை கோவிந்தன் கூடத்தான் இருப்பான். அவர்தான் அவனுக்கு மாதச் சம்பளமும் தருகிறார்.

குட்டை கோவிந்தன் ஆரம்பத்தில் ஆட்டோ ஓட்டிக் கொண்டிருந்தார். ஒரு ஆளும் கட்சிக் கவுன்சிலருக்கு வாடிக்கை யாக ஆட்டோ ஓட்டும் சந்தர்ப்பம் ஏற்பட்டது. அவர் மூலமாக மாவட்டச் செயலாளருடன் பழக்கம் ஏற்பட்டது. பிறகு, மாவட்டச் செயலாளரைச் சுற்றியிருக்கும் கோஷ்டியில் ஒருவராக ஆனார். மாவட்டச் செயலாளர், சொந்த வேலை தவிர, பிற வேலைகளுக்குச் செல்லும்போது, அவர்கூட சுமோவில் சில ஆட்கள் செல்வார்கள். அவர்களில் ஒருவராகக் குட்டை கோவிந்தன் மாறினார். அனுபவத்தில் அவருக்கு ஒரு வாக்கியம் கிடைத்தது. அந்த வாக்கியம் அவர் மனதில் எப்படி உருவானது என்று கேட்டால் அவருக்குச் சொல்லத் தெரியாது. ஆனால் அவர் செல்வாக்கு மிக்கவராக உருவானதற்கு அந்த வாக்கியமும் கடவுளின் கிருபையும்தான் காரணம் என்று அவர் நினைக்கிறார்.

அந்த வாக்கியம் இதுதான் : ‘நீ பயந்தா பயமுறுத்துவானுக. நீ தைரியமா நின்னா உன்னைப் பாத்து பயப்படுவானுக.’ இந்த வாக்கியம் மந்திரம் போல அவரை இயக்கியது. ஒரு சூழலில் முன்னே வந்து குரல் கொடுப்பவராகவும் ஏதாவது தள்ளுமுள்ளு அடிதடி ஏற்பட்டால் முதன்மையானவராகவும் இருந்தார். ஆளும் கட்சிப் பிரமுகர்கள் மூலம் சிலருக்குக் காரியங்கள் செய்து கொடுத்துப் பணம் பெற்றார். அப்பணத்தில் ஆட்டோ வாங்கி வாடகைக்கு விட்டார். கொஞ்ச காலத்தில் பஞ்சாயத்து செய்யும் வேலை வந்தது. பணம் கொழித்தது. வட்டிக்குப் பணம் கொடுத்தார். இன்று அவருக்குப் பன்னி ரெண்டு ஆட்டோக்கள்; நான்கு ஷேர் ஆட்டோக்கள்; பல வகையான கார்கள் உள்ள டிராவல்ஸ் கம்பெனி இருக்கின்றன. சில வீடுகளில் வாடகை வருகிறது.

அவருக்குத் துணையாக ஆரம்பத்தில் இருந்தவர்களில் கேரம்போர்டு சங்கர், ஆட்டோ ரவி, வஞ்சிநகரம் சுப்பையா ஆகியோர் முக்கியமானவர்களாக இருந்தனர். இதில் குட்டை கோவிந்தனுக்கு கேரம்போர்டு சங்கர் மிக நெருக்கமானவனாக இருந்தான். இரண்டு பேரும் பள்ளியில் கிளாஸ்மேட்டுகளாக இருந்தவர்கள். இருவரும் ஒரே சாதியைச் சேர்ந்தவர்கள்.

குட்டை கோவிந்தன் தன் தங்கையை கேரம்போர்டு சங்கருக்குத் திருமணம் செய்து கொடுத்தார்.

வஞ்சிநகரம் சுப்பையாவிற்கும் கேரம்போர்டு சங்கருக்கும் இடையே – என்னவென்று தெரியவில்லை – ஒரு புகைச்சல் இருந்துகொண்டேயிருந்து. இதுபோக, வஞ்சிநகரம் சுப்பையா விற்கு, குட்டை கோவிந்தனின் தங்கை மீது மோகம் இருந்தது. ஒருநாள் அவன் ஜாடையாக, குட்டை கோவிந்தனிடம் சொல்லிப் பார்த்தான். அவர், அடிக்க வந்துவிட்டார். அதற்குப் பிறகும் அவர்கூடத்தான் வஞ்சிநகரம் சுப்பையா இருந்தான்.

குட்டை கோவிந்தனின் தங்கை மீது மோகத்தையும் காமத்தையும் வளர்த்து வைத்திருந்த வஞ்சிநகரம் சுப்பையா விற்கு அவளை கேரம்போர்டு சங்கருக்குத் திருமணம் செய்து கொடுத்தது ஆத்திரத்தை ஏற்படுத்தியது. ஆனாலும் எல்லோரும் ஒன்றாகத்தான் காரியம் பண்ணிக்கொண்டிருந்தார்கள்.

திருமணமாகி ஆறுமாதம் கடந்திருக்கும். ஒருநாள் மதுக்கடையில் வஞ்சிநகரம் சுப்பையா, கேரம்போர்டு சங்கர், ஆட்டோ ரவி ஆகியோர் மது குடித்துக்கொண்டிருந்தபோது, வீட்டில் கேரம்போர்டு சங்கரின் மனைவி காத்துக்கொண் டிருப்பதாக ஏதோ பேச்சு வந்தது. வஞ்சிநகரம் சுப்பையா, கேரம்போர்டு சங்கரின் மனைவியைப் பற்றி ஏதோ மோகமாகச் சொல்லவும் இருவருக்குமிடையே தகராறு ஏற்பட்டுவிட்டது. ஆட்டோ ரவி விலக்கிவிட்டான். மேலும் மேலும் அவன், மனைவியைப் பற்றிப் பேசவும் இருவருக்குமிடையே சண்டை ஏற்பட்டது.

வஞ்சிநகரம் சுப்பையா, இடுப்பில் மறைத்து வைத்திருந்த கத்தியை எடுத்து 'கௌசல்யா தேவி இன்னைக்கோட தாலியறுத்தா' என்று கத்தியவாறு கேரம்போர்டு சங்கரின் வயிற்றுப் பகுதியில் குத்தினான். கீழே விழுந்த கேரம்போர்டு சங்கர் அங்கேயே உயிர் இழந்தான்.

அந்த வழக்கு இன்னும் நடந்துகொண்டிருக்கிறது. அந்த வழக்கில் ஜாமீனில் வெளிவந்த வஞ்சிநகரம் சுப்பையா, குட்டை கோவிந்தனின் எதிர் கோஷ்டியான, லாரி மனோகரன் கோஷ்டியில் சேர்ந்துவிட்டான். லாரி மனோகரனும் வஞ்சிநகரம் சுப்பையாவும் ஒரு சாதிக்காரர்கள். லாரி மனோகரனுக்கும் வஞ்சிநகரம் சுப்பையா மாதிரி ஒரு ஆள் தேவையாக இருந்தது.

குட்டை கோவிந்தனுக்கு, கட்சி அபிமானமெல்லாம் கிடையாது. அவர் நெருக்கமாக இருந்த கட்சிக்காரர்கள்,

பிழைப்புக்கு உதவினார்கள் என்பதைத் தவிர வேறெதுவும் அவருக்குக் கிடையாது. அந்தக் கட்சி, ஆளும் வாய்ப்பை இழந்த பின் அவர் அரசியலிலிருந்தே விலகி இருக்க ஆரம்பித்து விட்டார்.

லாரி மனோகரனுக்கு, திருட்டுத்தனமாக ஆற்றில், கண்மாய்களில், மணல் எடுத்து விற்பதுதான் தொழில். வஞ்சி நகரம் சுப்பையா, பூர்வீக நிலங்களை விற்று, லாரிகள் வாங்கி, லாரி மனோகரனுடன் பார்ட்னராகச் சேர்ந்துகொண்டான்.

நண்பன் கேரம்போர்டு சங்கரையும் இழந்து, தங்கையும் விதவையாகி – அவள் கர்ப்பமாகவும் இருந்தாள் – நிற்கும் நிலை குட்டை கோவிந்தனுக்கு ஆவேசத்தை உண்டாக்கியிருந்தது. எப்படியாவது வஞ்சிநகரம் சுப்பையாவைப் போட்டுத் தள்ளி விட வேண்டும் என்று, அதற்கான சந்தர்ப்பத்தைக் குட்டை கோவிந்தன் எதிர்பார்த்துக்கொண்டிருந்தார்.

அப்படி ஒரு சந்தர்ப்பமும் வாய்த்தது. லாரி மனோகரன், வஞ்சிநகரம் சுப்பையா கோஷ்டியில் முக்கியமானவர்களாக பாலாஜியும், கர்சீப் சுப்பிரமணியும் இருந்தனர். அந்தச் சந்தர்ப் பத்தில் ஏற்பட்ட சண்டையில், வஞ்சிநகரம் சுப்பையா தப்பித்து விட்டான். ஆனால், லாரி மனோகரன் குத்துப்பட்டு இறந்து விட்டான்.

அந்த வழக்கும் இன்னமும் முடியவில்லை. பழி வாங்கும் நடவடிக்கையாக, வஞ்சிநகரம் சுப்பையா கோஷ்டியினர், ஆட்டோ ரவியைக் கொன்றுவிட்டனர். சில காலம் கழித்து, பதிலுக்கு குட்டை கோவிந்தன் கோஷ்டியினர், வஞ்சிநகரம் சுப்பையா கோஷ்டியைச் சேர்ந்த பாலாஜியைக் கொன்று விட்டனர்.

குட்டை கோவிந்தன் தரப்பில் பழைய ஆட்கள் யாரும் இல்லை. புதிதாக கேரம்போர்டு சங்கரின் உடன்பிறந்த தம்பி பாண்டுரங்கன் சேர்ந்திருந்தான். பாண்டுரங்கன்தான் அவனுடைய கிளாஸ் மேட்டான சந்திரனைச் சேர்த்துவிட்டான். பாலாஜியைக் கொன்ற வழக்கில் குட்டை கோவிந்தன், பாண்டுரங்கன், சந்திரன் ஆகியோர்தான் முக்கியக் குற்றவாளி கள். இவர்கள் அனைவரும் ஜாமீனில் வெளிவந்துவிட்டனர்.

ஆட்டோ ரவியைக் கொன்ற வழக்கில் சிறையில் இருக்கும், முக்கியக் குற்றவாளிகளான வஞ்சிநகரம் சுப்பையாவும், கர்சிப் சுப்பிரமணியனும் இன்னும் சில நாட்களில் ஜாமீனில்

வந்துவிடுவார்கள் எனத் தகவல் கிடைத்தது. அதைத் தொடர்ந்து, குட்டை கோவிந்தன், தன் கோஷ்டியில் உள்ளவர்களை வரவழைத்திருந்தார். ஏற்கனவே குட்டை கோவிந்தனும் பாண்டுரங்கனும் வக்கீல் கிருஷ்ணப்பாவிடம் கலந்து பேசி திட்டம் வகுத்திருக்க வேண்டும். பாண்டுரங்கன் திட்டத்தை விவரிக்க ஆரம்பித்தான்.

“எந்நேரம் ஜெயிலிலேருந்து வருவாங்கங்கிற தகவல் நமக்கு வக்கீல் மூலம் முன்னமே கிடைச்சிரும். டிரைவரைச் சேக்காம நாம எட்டுப் பேர் வேன்ல இருப்போம். தலைவரு வேன்லேயே இருந்துக்குவாரு. செல்வேந்திரனும் வடைக்கடை நாகராஜனும் அவுங்க ரெண்டு பேரையும் கூட்டிட்டுப் போக வந்த வண்டியிலே இருக்கற டிரைவரையும் வந்தவங்களையும் தாக்கனும். முதல்லே டிரைவரைத்தான் தாக்கனும், மீதி அஞ்சு பேரும் சுத்தி வளைச்சு அந்த வஞ்சிநகரம் சுப்பையாவை யும் கர்சிப் சுப்பிரமணியையும் வெட்டனும். சந்திரன், கர்சிப் காலை வெட்டனும். சம்சுதீன் வஞ்சிநகரம் காலை வெட்டனும். மீதி ஆட்கள் தலை கழுத்துலே வெட்டனும்.

நீளமான அரிவா ரெண்டுசெட் வண்டியிலே இருக்கும். ஆளுக்கு ஒண்ணு எடுத்துக்கனும். பிச்சுவா கத்தி ஆளுக்கு ஒண்ணு. அதை இடுப்புலே வச்சுக்கனும். எப்ப ஜெயில் வாசல்லே இருக்கனுமோ அதுக்கு ஒன்றரை மணி நேரத்துக்கு முன்னாடி ரேஸ்கோர்ஸ் பிள்ளையார் கோயில்கிட்டே வந்திரனும். ஆளுக்கு ஆறு அவுன்ஸ் பிராந்தி, காரச்சேவு மட்டும்தான். பிரியாணிப் பொட்டலம் வண்டியிலேயே இருக்கும். எல்லை தாண்டினதுக்கப்புறம் சாப்பிடலாம். அப்புறம் வண்டி மாத்தி கிருஷ்ணகிரி போறம். அப்புறம் தோதுப்படி. ஒருவாரம் கழிச்சு வக்கீல் மூலமா கோர்ட்லே சரண்டர் ஆயிர்ரோம். ஒருசில மாதத்திலே ஜாமீன்லே வெளியே வந்திர்ரோம். ஆளுக்கு ஒரு லட்ச ரூபா நாளைக்கி காலைலே வந்து வாங்கிக்கங்க. எல்லோரும் சொன்ன நேரத்துக்கு கரெக்டா பிள்ளையார் கோயில்கிட்டே வந்திர்ரனும்.”

“கால்லே வெட்ரதுக்கு தோதா அமைப்பு இல்லேன்னா என்ன செய்யறது?” என்றான், சந்திரன்.

குட்டை கோவிந்தன் குறுக்கிட்டார். “உனக்கு மெயினா அந்த வேலை. தோதா அமையலைன்னா, தோதா அமையற எடத்துல வெட்டு. ஆனா எனக்கு மெயின்குறி கால்தான். சம்சுதீன் ஒனக்குந்தான் சொல்றேன்.”

சம்சுதீன் தலையாட்டினான். "எல்லோரும் குடும்பத்தை வெளியூருக்கு அனுப்பிச்சிரனும். ஒரு வாரத்துலே சரண்டர் ஆயிருவோம் அதுக்கப்பறம் பிரச்சினை இருக்காது" என்றான் பாண்டுரங்கன்.

"இதோட பிரச்சினை முடிஞ்சது. அந்த ரெண்டு பேரையும் போட்டுத் தள்ளிட்டோம்னா அதுக்கப்பறம் அவுங்க சைடுலே ஆள் இல்லை. நாம நம்ம வேலையைப் பார்க்கலாம். கேஸ் சரியா வரலைன்னா நம்ம ஆயுள் வரைக்கும் இழுத்துக்கிட்டே போகலாம். அப்பீல் இருக்கு. சரி, அதையெல்லாம் இப்ப பேசக் கூடாது" என்ற குட்டை கோவிந்தன், பின் மேலே பார்த்து, கையைக் கடவுளை நோக்கி மேலே குவித்து வணங்கி, 'அந்தனு தேவுடு சூஸ்குண்டுடு' என்றார்.

"ஒரு முக்கியமான விஷயம். எல்லோரும் செல்லே சிம்கார்டை எடுத்து வைச்சிரனும். புது சிம் கார்டு எல்லோருக்கும் வாங்கி வச்சிருக்கு. அதைப் போட்டுக்கொடுத்து நம்பரைச் சொல்லிர்ரேன். அதை நாம அப்புறம் பாத்துக்கலாம்" என்றான் பாண்டுரங்கன்.

எல்லோரும் கலைந்தனர். பாண்டுரங்கன், சந்திரனிடம் "கார் வொர்க்ஷாப்புலே இருக்கு. என்னை வீட்லே இறக்கி விட்ரு" என்றான். மோட்டார் சைக்கிளில் சென்றுகொண்டிருக்கும்போதே "சங்கரண்ணே வீட்டுக்குப் போயிட்டுப் போகலாம்" என்றான், பாண்டுரங்கன். கேரம்போர்டு சங்கரின் வீடு இந்தப் பகுதியில்தான் இருக்கிறது என்றும் அதில் அவனுடைய மனைவி கௌசல்யா தேவி வசிக்கிறாள் என்று மட்டுமே தெரியுமே தவிர வீடு எங்கே உள்ளது என்று சந்திரனுக்குத் தெரியாது. பாண்டுரங்கன் வழி சொல்ல சந்திரன் வீட்டையடைந்தான். வீட்டு வாசற்படியில் கௌசல்யாதேவி குழந்தையுடன் உட்கார்ந்திருந்தாள்.

சந்திரன், கௌசல்யா தேவியைக் கடைசியாகச் சில மாதங்களுக்கு முன் ஒரு விசேஷ வீட்டில் பார்த்ததுதான். தற்போது சற்று எடை போட்டிருப்பதாகத் தோன்றியது. கௌசல்யா தேவி, பாண்டுரங்கனைப் பார்த்ததும் "ரெண்ட பாவா" என்று கூறி எழுந்துகொண்டாள். பாண்டுரங்கன் வாசலில் நின்றபடியே அவளிடம் சற்று நேரம் ஏதோ பேசி விட்டு, திரும்பவும் வந்து மோட்டார் சைக்கிளில் ஏறிக் கொண்டான்.

கௌசல்யா தேவியைப் பேரழகி என்று சொல்ல முடியாது. ஆனால் ஏனோ வஞ்சிநகரம் சுப்பையாவிற்கு அவள்மீது ஆசை. அதற்கு அவள்தான் என்ன செய்வாள். அந்த ஆசையினால் ஏற்பட்ட பிரச்சினைதானே இத்தனை உயிரைப் பலி வாங்கியிருக்கிறது. இனியும் பலிவாங்கப் போகிறது.

கோஷ்டிகளுக்கிடையே ஏற்படும் தகராறுகளாகட்டும் கோஷ்டிக்குள் ஏற்படும் தகராறுகளாகட்டும். வீட்டுப் பெண்களை அவர்கள் எதுவும் செய்வதில்லை. யாரேனும் அவ்வாறு செய்தால் பதிலுக்கு அவர்களும் செய்தால் என்னாவது என்ற எண்ணமே இதற்குக் காரணமாக இருக்கும் என்றெல்லாம் சந்திரன் யோசித்துக்கொண்டே சென்றான்.

பாண்டுரங்கனை அவனுடைய வீட்டில் இறக்கி விட்டு விட்டு, வீட்டிற்குச் சென்று குளித்துவிட்டு, படுக்கையில் படுத்திருக்கும்போது, கர்சிப் சுப்ரமணியத்தின் கால்களை எப்படி அரிவாளால் வெட்டுவது என்ற சிந்தனை ஏற்பட்டது. உடலில் ஏதோ ஓர் பாகத்தில் வெட்டினாலும் எப்படி அவனால் நடக்க இயலும்; ஏன் கால்களில் வெட்டச் சொல்கிறார்கள் என்று நினைத்துக்கொண்டே தூங்கிவிட்டான். ஆனால் தூக்கத்தினூடே கால்களில் வெட்டுவது தொடர்பான எண்ணமே ஓடிக்கொண்டிருந்ததால் சரியாகத் தூங்கவில்லை என்று எழுந்தபோது தோன்றியது.

வஞ்சிநகரம் சுப்பையாவும், கர்சீப் சுப்பிரமணியும் ஜாமீனில் வெளிவரும் நாள் வந்தது. எத்தனை மணிக்கு ரேஸ்கோர்ஸ் பிள்ளையார் கோயிலுக்கு வர வேண்டும் என்று பாண்டுரங்கன் சொல்லிவிட்டான். சந்திரன் வசதியாக இருக்கும் பேண்ட், சட்டையையும் கான்வாஸ் ஷூவையும் அணிந்துகொண்டான்.

சந்திரன் ஆட்டோவில் சென்றுகொண்டிருந்தான். ஆட்டோ, புறநகர்ப் பகுதியிலிருந்து, நகரை நோக்கிச் சென்றுகொண்டிருந்தது. வீடுகள் இல்லாததால் சாலையில் வாகனங்கள் வேகமாகச் சென்றுகொண்டிருந்தன. அப்போது இடதுபக்க ரோட்டோரம், ஒரு மோட்டார் சைக்கிள் கீழே கிடந்தது. சற்றுத் தள்ளி ஒருவன் காயம்பட்டுக் கீழே கிடந்து நெளிந்துகொண்டிருந்தான். ஒரு வாகனமும் நின்று, அதிலிருந்த யாரும் அவனைக் காப்பாற்ற முன்வரவில்லை. அந்த இடத்திற்கு, ஆட்டோ வந்ததும் கீழே விழுந்து கிடந்த மோட்டார் சைக்கிளையும் காயம்பட்டுக் கிடந்தவனையும் பார்த்த, சந்திரன்,

ஆட்டோவை நிறுத்தச் சொன்னான். ஆட்டோ டிரைவரும் சந்திரனும் இறங்கி காயம்பட்டுக் கிடந்தவனின் அருகில் வந்தனர். சந்திரன், “பெரியாஸ்பத்திரிக்குக் கொண்டு போவோம்” என்று சொல்லி ஆட்டோ டிரைவர் உதவியுடன் அவனை ஆட்டோவில் ஏற்றினான். பெரிதாக ரத்தப்பெருக்கு இல்லை. தலையில் அடிபட்டு ரத்தம் கசிந்திருந்தது. கை, கால்களில் சிராய்ப்பு இருக்கும்போல. முனகிக்கொண்டிருந்தான். மது அருந்தியிருந்தான்.

“உங்க வீட்டைச் சேந்தவங்க போன் நம்பர் கொடு” என்றான் சந்திரன். அவன் பேண்ட் பையிலிருந்த சிறு போன் டைரியையும் செல்லையும் எடுத்துக்கொடுத்தான். அந்த செல் மூலமாக அதில் வீடு என்று எழுதியிருந்த நம்பருக்குப் போன் பண்ணினான். முதல் பக்கத்தில் முனியப்பன் என்று எழுதி முகவரியும் எழுதியிருந்ததால், முனியப்பன் மோட்டார் சைக்கிளுடன் கீழே விழுந்து கிடந்ததாகவும் அவரை பெரியாஸ் பத்திரிக்குக் கொண்டு செல்வதாகவும் அங்கு வந்து அவரைப் பார்க்குமாறும் கூறினான்.

பெரியாஸ்பத்திரிக்குச் செல்லும் வழியில் ரேஸ்கோர்ஸ் பிள்ளையார் கோயில் அருகே அனைவரும் காத்திருப்பார்களே என்ற எண்ணம் ஏற்பட்டது. சந்திரன், செல்லில் இருந்த சிம்கார்டைக் கழற்றி வீட்டில் வைத்துவிட்டு வந்ததால், அவர்கள் கூப்பிட்டார்களா என்று தெரியவில்லை. சந்திரனுக்குப் பதற்றம் ஏற்பட்டது. பெரியாஸ்பத்திரியில், அவசர சிகிச்சைப் பிரிவு அருகே ஆட்டோவை நிறுத்தச் சொன்னான். உள்ளே சென்று அங்கிருந்த செவிலியரிடம் விஷயத்தைக் கூறினான். ஒரு ஸ்ட்ரெச்சர் மூலம் காயம்பட்டுக் கிடந்தவனை உள்ளே கொண்டு சென்று படுக்கையில் கிடத்தினர்.

செவிலியர், சந்திரனிடம், அவனுடைய முகவரி, போன் நம்பர், காயம்பட்டுக் கிடந்தவனை ஏற்றிய இடம் ஆகியவற்றைக் கேட்டு, ஒரு பதிவேட்டில் பதிவு செய்துகொண்டு, கையொப்ப மிடச் சொன்னார். சந்திரன் கையொப்பமிட்டான். தனக்குக் காயம்பட்டுக் கிடந்தவனைத் தெரியாது என்றும் மனிதாபிமான அடிப்படையில் அவனை ஆட்டோவில் ஏற்றிவந்து இங்கே சேர்த்திருப்பதாகவும் அவனுடைய வீட்டாருக்கு, போன் டயரியைப் பார்த்துத் தகவல் சொல்லியிருப்பதால் அவர்கள் வந்துவிடுவார்கள் என்றும் செவிலியரிடம் கூறிவிட்டு, வெளியே வந்து ஆட்டோவில் ஏறி ரேஸ்கோர்ஸ் பிள்ளையார் கோயிலுக்கு வேகமாகப் போகச் சொன்னான்.

ரேஸ்கோர்ஸ் பிள்ளையார் கோயிலை அடைந்து, அங்கு நின்றிருந்த வேனின் அருகே சென்றான். கதவு திறந்தது. "ஏன் லேட்" என்று பாண்டுரங்கன் உட்பட வேறுசிலரும் சத்தம் போட்டனர். குட்டை கோவிந்தன் மது குடிப்பதில்லை. மற்றவர்கள் கையில் மது உள்ள பிளாஸ்டிக் டம்ளர் இருந்தது. "டிராபிக் ஜாமாயிருச்சு அதான் வர லேட்டு" என்று சொல்லிக் கொண்டே, சந்திரன் வேனில் ஏறினான்.

சற்று நேரத்தில் வேன் கிளம்பியது. சிறையிலிருந்து ஜாமீனில் வெளியே வரும் அந்த இருவரையும் சந்திப்பதற்காக அவர்கள் சென்றுகொண்டிருக்கிறார்கள். சந்திரன் மதுவைக் குடித்துக் கொண்டே கீழே கிடந்த அரிவாள்களைப் பார்த்தான். போதை ஏறத் தொடங்கியது.

உயிர்எழுத்து, நவம்பர் 2012

ஆசிரியரின் மற்றுமொரு நூல்

மாபெரும் சூதாட்டம்
(சிறுகதைகள்)
சுரேஷ்குமார இந்திரஜித்
ரூ. 125 (வி.பி.பி.யில் ரூ. 125)

நவீனத் தமிழ்ச் சிறுகதைப் பரப்பின் எல்லைகளை விரிவுபடுத்திய சில படைப்பாளிகளில் ஒருவர், சுரேஷ்குமார இந்திரஜித். முன்னோடிகளின் பாதிப்பு இல்லாமல் சுயமான தடத்தில் செல்கிறவர். இவருடைய கதைகளில் நிகழ்வுகளுக்கும் உள்மன வோட்டத்துக்குமிடையேயான தருணங்கள் சிருஷ்டிகரமானப் புனைவுகளாக உருவாகின்றன; வாழ்க்கையின், உறவுகளின் மர்மங்கள் மாயப் புனைவுகளாக வெளிப்படுகின்றன.

2005வரை சுரேஷ்குமார இந்திரஜித் எழுதிய கதைகளின் தொகுப்பு இது.